मनमोकळं

तणावमुक्त जगण्यासाठी सहजसोप्या टिप्स

सुप्रिया पुजारी

Life Coach । समुपदेशक । लेखिका

The answer lies within you, अर्थात, तुमच्या प्रश्नाचे उत्तर तुमच्याच अंतर्मनात असते या तत्त्वावर ठाम विश्वास असणाऱ्या सुप्रिया पुजारी Life Coach म्हणून राष्ट्रीय-आंतरराष्ट्रीय स्तरावर कार्यरत आहेत.

मूळ कोल्हापूरच्या असलेल्या सुप्रिया यांचे पदव्युत्तर MBA (Human Resources)मध्ये झाले आहे. Human Resources व Neuro-Linguistic Programming (NLP) हे व्यावसायिक प्रशिक्षण अमेरिकेतील संस्थेतून झाले आहे. सुमारे पंधरा वर्षे Human Resource विभागात उच्च पदावर काम करणाऱ्या सुप्रिया यांचा स्व-शोधाचा प्रवास त्यांना Life Coachingकडे घेऊन आला.

जीवनाच्या एका टप्प्यावर अनेक अडचणींना एकाच वेळी तोंड देणे सुप्रिया यांना शक्य झाले ते त्यांच्या लढवय्या वृत्तीमुळे. आपल्याला सापडलेला हा मार्ग इतर अनेकांपर्यंत पोहोचवण्यासाठी त्यांनी Supriya's Life Coaching Centreची स्थापना केली.

करिअर, नातेसंबंध, ताण, मनःस्वास्थ, पालकत्व, स्वप्रतिमा यांसारख्या जीवनातील सगळ्याच घटकांसाठी लाईफ कोचिंग उपयुक्त ठरते. दैनंदिन अडचणींना तोंड देण्यापासून आपले उद्दिष्ट ठरवणे आणि ते साध्य करणे यासाठी विचारांतील स्पष्टता आवश्यक असते; तसेच त्यानुसार सातत्यपूर्वक कृती करत राहावी लागते. या संपूर्ण प्रवासात सुप्रिया लाईफ कोच म्हणून सहकार्य करतात.

जगण्याच्या विविध टप्प्यांवर अनेक शारीरिक, मानसिक, भावनिक आणि वैचारिक बदल होत असतात. त्यामुळे निर्माण होणाऱ्या समस्यांना तोंड देण्यासाठी नवीन

जीवनकौशल्ये आत्मसात करावी लागतात. त्यासाठी सुप्रिया वयोगटानुसार मार्गदर्शनपर कार्यशाळा घेतात. वय वर्षे नऊपासून पंचाहत्तरपर्यंतच्या शेकडो व्यक्तींना त्यांनी आपल्या कार्यशाळांमधून आणि वैयक्तिक सेशन्समार्फत मार्गदर्शन केले आहे.

सुप्रिया यांच्या लाईफ कोचिंग सेशन्सचा लाभ मुले, पालक, शिक्षक, शिक्षणतज्ज्ञ, मीडिया व क्रिएटिव्ह डायरेक्टर, वैद्यकीय क्षेत्रातील कर्मचारी, कॉर्पोरेट्स, एनजीओ, विशेष गरज असणाऱ्या व्यक्ती अशा अनेकांनी घेतला आहे. सुप्रिया यांच्या मार्गदर्शनातून स्वतःमध्ये व भोवतालच्या लोकांमध्ये आवश्यक ते परिवर्तन घडून आणले आहे.

नवनवीन प्रशिक्षण पद्धती आत्मसात करणे, त्यावर प्रभुत्व मिळवून इतरांना प्रशिक्षित करणे सुप्रिया यांना आवडते. Professional Certified Coach (PCC) International Coaching Federation, USA हे प्रमाणपत्र मिळवणाऱ्या सुप्रिया Neuro-Linguistic Programmingमध्ये (NLPमध्ये) Master Practitioner आहेत.

सुप्रिया पुजारी विविध राष्ट्रीय-आंतरराष्ट्रीय संस्थांसोबत काम करतात.

Life Coach Training Ambassador, Asia Pacific, International Coach Federation, USA

Leadership Coach, Women Leadership Empowerment Program, Bill and Melinda Gates Foundation, USA

On advisory Board of various B-schools for emotional intelligence.

Coaching Faculty at JTCC HongKong, Honored as Pride of Maharashtra 2019, Incredible Women of India 2019 and various other awards.

देशविदेशांत घेतलेल्या कार्यशाळांमधून व वैयक्तिक सेशन्समार्फत सुप्रिया यांनी आजवर ८०००हून अधिक व्यक्तींच्या जगण्याला सकारात्मक दिशा दिली आहे. आणि १००हून अधिक 'लाईफ कोच'ना प्रशिक्षण दिले आहे.

BEING ME : A Practical Guide for Self Transformation हे त्यांनी लिहिलेले पुस्तक देश-विदेशांतील अनेकांना त्यांच्या जीवनप्रवासात उपयुक्त ठरते आहे.

मनमोकळं

तणावमुक्त जगण्यासाठी सहजसोप्या टिप्स

सुप्रिया पुजारी

सकाळ प्रकाशन

सकाळ प्रकाशन

Manmokala
© Supriya Pujari, 2022

मनमोकळं

© सुप्रिया पुजारी, २०२२

लेखिका	: सुप्रिया पुजारी
प्रथम आवृत्ती	: फेब्रुवारी, २०२२
द्वितीय आवृत्ती	: जानेवारी, २०२३
प्रकाशक	: सकाळ मीडिया प्रा. लि. ५९५, बुधवार पेठ, पुणे ४११ ००२
मुखपृष्ठ	: संदीप देशपांडे
मांडणी	: यशोधन लोवलेकर
मुद्रणस्थळ	: विकास प्रिंटिंग ॲण्ड कॅरिअर्स प्रा. लि. प्लॉट नं. ३२, एमआयडीसी, सातपूर, नाशिक
ISBN	: 978-93-89834-758
संपर्क	: ०२०-२४४० ५६७८ / ८८८८८ ४९०५० sakalprakashan@esakal.com

'लोक काय म्हणतील? चूक की बरोबर? योग्य की अयोग्य?'
हे विचार मनात साठवून न ठेवता, मनमोकळा संवाद साधून
मुक्तपणे आयुष्य जगण्याची इच्छा असणाऱ्या
सर्व वाचकांना समर्पित...!

मनोगत

माझ्या आयुष्यात खूप प्रसंग घडले. काही आनंदाचे, काही अभिमान वाढवणारे, काही दुःख, एकटेपण देणारे. सारासार विचार केला, तर दुःख देण्याऱ्या घटनांचे पारडे जरा जडच झाले होते (असे मला वाटायचे!). त्यातच खूप जिवाभावाची माणसे, मित्र परिवार अचानक दुरावले. सर्वांचा विचार करूनसुद्धा माझ्याच बाबतीत लोक असे का वागतात? अशा प्रश्नांमध्ये एकाच वेळी अडकल्यामुळे, एक प्रकारची निराशा येत होती.

मग प्रवास सुरू झाला दोष देण्याचा, एक 'बिचारी' म्हणून जगण्याचा. दुसऱ्याला दोष देऊन मनाला तात्पुरते बरे वाटत होते; पण मनःस्थिती सुधारण्याचा मार्ग काही दिसत नव्हता. राग, ताण, असहायता व निराशा हाच रोजचा दिनक्रम होता. कोणी पुस्तके वाचायला सुचवली, मोटिव्हेशनल व्याख्याने ऐकली, पण काहीच फरक पडेना.

शेवटी एका ओळखीतील व्यक्तीने एका तज्ज्ञांचे नाव सुचवले. 'हेही करून पाहू,' असे वाटले. १०० टक्के अविश्वासाने मी त्यांची भेट घेतली. पहिल्या भेटीत, 'तज्ज्ञ काय म्हणतील', 'पण मी मानसिक रोगी नाही!' हे विचारचक्र सुरू होतेच. जसजसा संवाद होत गेला, तसतसे मला अधिक सुरक्षित वाटू लागले.

सेशन्समधून सर्वांत महत्त्वाचा धडा अनुभवला होता, तो स्वतःला 'आहे तसा' स्वीकारायचा. एकदा आपण स्वतःला स्वीकारले की आपणही लोकांना 'आहे तसे' स्वीकारू शकतो.

लोक काय म्हणतात, कसे वागतात, त्यापेक्षा त्याचा परिणाम माझ्यावर कसा होतो व तो मी कसा सोडवायचा हे अधिक महत्त्वाचे आहे, हे मला उमजले होते.

स्वतःच्या आयुष्याची जबाबदारी घेणे म्हणजे भूतकाळाला दोष देणे किंवा भविष्य काळाची चिंता वाहणे यातून मुक्त होणे, हे मला उमजले.

आयुष्यात अनेक परिस्थितींतून जावे लागते. बरेच प्रश्न मनात येतात. जेव्हा मनःस्थिती चांगली असते, तेव्हा सर्व साधे, सोपे वाटते. जेव्हा मानसिकरीत्या आपण ताणातून जात असतो, निराशेतून जात असतो तेव्हा सर्वच निरर्थक वाटते.

एक प्रकारचा भावनिक ब्लॉक येतो. आपल्या दैनंदिन जबाबदाऱ्या आपल्याला 'सहनशीलता' शिकवतात. आपण 'जाऊ दे' म्हणतो, 'सोडून द्या'ची कला शिकतो. हे सर्व तात्पुरते थोपवले जाते, पण सोडवले जात नाही. आपले विचार, भावना व क्रिया ह्यांचे संतुलन बिघडते; आणि आपण परत एका दुष्टचक्रात अडकतो. उत्तरे शोधायला लागतो.

यामुळे मला सतत एकच विचार सतावत असे, 'आपल्यासारखे किती लोक अशा मनःस्थितीतून जात असतील? आपणही दहा वर्षे सहन करून, स्वतःला त्रास करून घालवली. सर्व लोकांना योग्य वेळी व योग्य पद्धतीने मदत मिळाली तर?'

असे म्हणतात की, शिष्य तयार झाला की गुरू प्रकट होतो. एका गुरूंनी मानसिक आव्हाने हाताळण्यासाठी न्यूरोलिंग्विस्टिक प्रोग्रामिंगचा (NLP)अभ्यास सुचवला. तो खूप उपयुक्त ठरला. त्याचा अभ्यास सुरू केला, पदव्युत्तर शिक्षण घेतले व 'इंटरनॅशनल कोचिंग फेडरेशन'ची (ICF US) अक्रेडिटेड लाइफ कोच झाले. त्यानंतर ८०००हून अधिक लोकांना लाइफ कोचिंगद्वारे मानसिक आरोग्यासाठी मदत केली. शंभरहून अधिक कोच सर्टिफाइड केले.

याच प्रवासात 'सकाळ'मधून मानसिक आरोग्यावर साप्ताहिक लेखमाला लिहिण्याची संधी मिळाली. त्यासाठी सकाळ माध्यम समूहाचे सीईओ उदय जाधव आणि संपादक सम्राट फडणीस, शीतल पवार यांचे मनापासून आभार. वर्षभर, दर आठवड्याला, प्रसिद्ध होणाऱ्या प्रत्येक लेखाला वाचकांचा भरभरून प्रतिसाद मिळाला. हा विषय किती जिव्हाळ्याचा आहे ते या प्रतिसादातून लक्षात आले.

आणि मग सुरू झाली पुस्तकनिर्मितीची प्रक्रिया. काही भाग पुन्हा नव्याने लिहिला, काही तात्कालिक संदर्भ असणारा भाग गाळला. या साऱ्या प्रक्रियेतून 'मनमोकळं' पुस्तकरूपात आणण्यासाठी सोबत करणाऱ्या सकाळ प्रकाशन टीमचे मनःपूर्वक आभार. आकर्षक पुस्तक मांडणीसाठी सहयोगी संपादक दीपाली चौधरी यांचे विशेष आभार.

वैचारिक व भावनिक स्पष्टता, त्यातून येणारी स्व-जागरूकता आपल्या दैनंदिन जीवनात किती आमूलाग्र बदल घडवू शकते, हे अनेकांपर्यंत पोहोचवण्याचा हा एक प्रामाणिक प्रयत्न आहे.

हे पुस्तक असंख्य माणसांना, त्यांच्यातच दडलेलं मनमोकळं जगण्याचं सामर्थ्य शोधून देईल, या सदिच्छेसह... !!

- सुप्रिया पुजारी

पुस्तक वाचण्यापूर्वी...

खरे तर आपल्या प्रत्येक समस्येचे उत्तर आपल्यामध्ये असते. ते फक्त तीन गोष्टींवर अवलंबून असते.

१. आत्मविश्वास २. स्व-जागरूकता आणि ३. योग्य प्रश्न

प्रत्येकाकडे हा आत्मविश्वास हवा की, आपण स्वतःच आपल्या समस्यांतून मार्ग काढू शकतो; कुठल्याही प्रश्नाचे उत्तर आपल्याच अंतर्मनात दडलेले आहे.

आपल्या विचारांची, भावनांची, क्रियेमागची व त्यामागच्या हेतूंची स्पष्टता येणे अत्यावश्यक आहे. विचार, भावना व क्रिया यांचे संतुलन प्राप्त झाल्यावरच आपण स्व-जागरूक बनतो. ही स्वपरिवर्तनाची पहिली पायरी आहे आणि आपल्या समस्यांवर तोडगा मिळण्याचे सर्वांत महत्त्वाचे साधन म्हणजे 'योग्य प्रश्न'.

या तीन मुद्द्यांवर विचार केल्यास तुमचे आयुष्य सहज, तणावमुक्त आणि आनंदमयी नक्कीच होईल.

कोणतेही तयार उत्तर फक्त तात्पुरते सुख देते; पण परिस्थितीमध्ये परिवर्तन नाही आणत. म्हणूनच या पुस्तकात तयार उत्तरांपेक्षा योग्य प्रश्न विचारण्यावर भर दिला आहे. आपले दैनंदिन वागणे, बोलणे, इतरांच्या बोलण्यावागण्याला आपण दिलेल्या प्रतिक्रिया या सर्वांकडे आपण स्व-जागरूकतेने कसे पाहावे? स्वतःला कोणते योग्य प्रश्न विचारावे? हे सांगितले आहे.

सर्वांत महत्त्वाचे : पुस्तक वाचताना इतर लोक असे वागतात का याचा शोध न घेता, 'आपण असे वागतो का?', 'आपल्यात काही बदल अपेक्षित आहेत का?' यांचा विचार अधिक असावा.

पुस्तकात उदाहरणांदाखल दिलेल्या कथा, माझ्या क्लाएंट्सच्या जीवनातील वास्तव परिस्थितीवर आणि त्यांच्यासोबत केलेल्या सेशन्सवर आधारित आहेत. व्यावसायिक गोपनीयतेच्या तत्त्वानुसार या कथांमध्ये वापरलेली व्यक्तींची नावे, परिस्थिती, लाइफ कोचिंग सेशन्सचा तपशील आणि त्याचा झालेला परिणाम यात तपशीलांचे बदल केले आहेत.

– सुप्रिया पुजारी

अनुक्रमणिका

- मानसिक आरोग्य
  गैरसमज आणि वस्तुस्थिती
- आयुष्याचे संतुलन

१

मानसिक आरोग्य गैरसमज आणि वस्तुस्थिती

आज सगळ्याच क्षेत्रात मानसिक आरोग्य हा विषय खूप महत्त्वाचा झाला आहे. त्याचे कारण म्हणजे वाढता मानसिक तणाव अर्थात 'स्ट्रेस'! ज्या वेळी आपण 'मानसिक आरोग्य' हा शब्द ऐकतो किंवा वाचतो, तेव्हा आपण नकळतपणे नकारात्मक गोष्टींचा विचार करू लागतो.

समाजमाध्यमांवर तर सर्वत्र मानसिक त्रास, तणाव, डिप्रेशन याच विषयांवर बोलले जाते. त्यांपैकी बहुतेक वेळा वापरला जाणारा शब्द म्हणजे 'डिप्रेशन'! यालाच 'खिन्नता' किंवा 'नैराश्य' म्हणतात.

अगदी आठ वर्षांचे लहान मूल असो वा ५८ वर्षांची प्रौढ व्यक्ती, सर्वांच्या बोलण्यात वा मनात 'डिप्रेशन' हा शब्द एकदा तरी येतोच. पण मानसिक आरोग्य चांगलेदेखील असू शकते! याचा विचार आपण कधी करतो का?

मानसिक त्रासातून बाहेर कसे पडायचे? हा प्रश्न महत्त्वाचा आहेच. परंतु मला खरेच मानसिक त्रास आहे का, हा अधिक महत्त्वाचा प्रश्न आहे. आपल्याला काहीतरी मानसिक त्रास आहेच; असे गृहीत धरणे बरोबर नाही. मानसिक स्वास्थ्याकडे नक्कीच लक्ष दिले पाहिजे. परंतु आधी त्याबद्दलची वास्तविकता जाणून घेणे जास्त आवश्यक आहे. यासाठी काही मुद्दे जाणून घेऊ!

१ मानसिक स्वास्थ्य म्हणजे काय?

अति विचार करून बऱ्याचदा आपण नसलेल्या मानसिक आजारांना निमंत्रित करतो. आपल्याला काय होत आहे याचा विचार न करता दुसरे आपल्याला काय विचार करायला सांगत आहेत, याकडे जास्त लक्ष दिले जाते. आपल्याला नक्की 'काय' होत आहे आणि 'का' होत आहे याची जाणीव ज्या वेळी आपल्याला आतून होते, त्या वेळी आपण मानसिक स्वास्थ्याची पहिली पायरी पार करतो.

आपल्या मनातील भावना, विचार यांची पूर्ण स्पष्टता येणे म्हणजे मानसिक स्वास्थ्य होय. आपले मन, आपल्याभोवती असलेले लोक, परिस्थिती, आपल्यासाठी काय महत्त्वाचे आहे याची ओळख, आपला वेळ आपण नक्की कुठे आणि का खर्च करतो याची स्पष्टता येणे अधिक महत्त्वाचे असते.

२ मानसिक स्वास्थ्याची व्याख्या

लोक काय म्हणतात त्यापेक्षा आपली स्वत:ची मानसिक स्वास्थ्याची परिभाषा काय आहे याची ओळख होणे आवश्यक आहे. आजच्या काळात ताणतणाव (स्ट्रेस), नैराश्य (डिप्रेशन), चिंता-काळजी (अँक्झायटी) यांसारखे मोठे शब्द सहजपणे आणि विचार न करता वापरले जातात. त्यामुळे आपल्या मानसिक स्वास्थ्याची व्याख्या आपणच केली, म्हणजे आपण बाह्यशक्तीने कमकुवत बनत नाही. याचा परिणाम आपल्या अंतर्मनात दिसून येतो. आपण मानसिकरीत्या अधिक सक्षम होऊ लागतो. आपल्याला आयुष्य थोडे सहज वाटू लागते. 'आपण अडचणीतून मार्ग काढू शकतो' हा विचार येऊ लागतो. आपले विचार आणि भावना यांचा मेळ जमतो.

३ 'चूक की बरोबर' याचा गोंधळ

ज्या क्षणी आपण आपले अंतर्मन जागरूक करतो, त्या वेळी बऱ्याचदा 'हे चूक की बरोबर' असा गोंधळ उडतो. मी जो विचार केला आहे अथवा निर्णय घेतला आहे, तो बरोबर आहे का? याची कोणाकडून तरी

खात्री करावी का? हादेखील प्रश्न पडतो. प्रत्येक व्यक्ती आपापल्या परीने सल्ला देते. काही वेळा आपल्याला त्या सल्ल्यांचा उपयोग होतोसुद्धा; परंतु अडचणीतून मार्ग काढण्याची आपली कार्यक्षमता नष्ट होते. अशा वेळी मदत करते ती 'स्व-जागरूकता'! प्रत्येक अडचणीवर तोडगा असतोच. तो आपण शोधू शकतो याची खात्री मात्र आपल्याला वाटली पाहिजे. स्वतःची जबाबदारी स्वीकारली, म्हणजे आपली कार्यकुशलताही वाढते.

४ स्व-परिवर्तन

मनातील सर्व गोंधळ कमी झाला आणि आपली मानसिक कार्यकुशलता वाढली, की आपण यशस्वीरीत्या मार्ग काढला आहे असे समजावे. एखाद्या अडचणीतून जेव्हा स्वतःच्या जबाबदारीवर आपण मार्ग काढायचा प्रयत्न करतो किंवा स्वतःचा मार्ग शोधतो, त्या वेळी आपण नकळत 'स्व-परिवर्तना'ची पायरी चढत असतो.

कालानुरूप होण्याऱ्या वैचारिक आणि मानसिक बदलांमुळे निर्माण झालेल्या परिस्थितीतून सहजपणे मार्ग काढणे, यालाच आपण परिवर्तन म्हणतो.
हे सर्व मुद्दे वाचून आपल्या विचारांना नक्कीच चालना मिळाली असेल.

◆◆◆

२

आयुष्याचे संतुलन

शारीरिक आणि मानसिक पातळीवर होणाऱ्या घडामोडींचा थेट परिणाम आपल्या आयुष्यावर होत असतो. त्यामुळे संतुलित आयुष्यासाठी सर्व प्रकारचे शारीरिक आणि मानसिक स्वास्थ्य असणे तितकेच महत्त्वाचे असते. कौटुंबिक, सामाजिक, नैतिक, आर्थिक, आध्यात्मिक अशा अनेक पातळ्यांवर घडणारे बदल आपल्या शारीरिक आणि मानसिक स्वास्थ्यावर परिणाम करत असतात.

संतुलन बिघडण्याची कारणे

१ स्वत:मधील ऊर्जा कमी करणारे विचार

आपलेच काही विचार आपले चक्र असंतुलित करतात. उदाहरणार्थ, वाद, भांडणे टाळण्यासाठी बऱ्याचदा आपण 'जाऊ दे' म्हणून विषय सोडून देतो. पण तो विचार मात्र मनातच राहतो.

'नाही' म्हणायचे असताना, केवळ दुसऱ्याला दुखवायला नको म्हणून आपण कधी-कधी 'हो' म्हणतो. अशाने आपली मानसिक घुसमट होते. कोणत्या तरी भीतीने आपण मनातले विचार मनातच ठेवतो. याचा त्रास आपल्याला होतो आणि चांगल्या कारणांसाठी वापरता येणारी आपली ऊर्जा विनाकारण खर्च होते.

२ अपूर्ण भावनिक गरजा

प्रेम, आदर, कौतुक, प्रगती या आपल्या मानसिक गरजा असतात. भावनिक गरज ही एक नैसर्गिक गोष्ट असल्याने आपण त्यावर तोडगा काढण्यात खूप

वेळ घालवतो आणि त्यामुळे आपल्या चक्राचे संतुलन बिघडते. अपूर्ण भावनिक गरज ही असंतुलन निर्माण करते.

३ नैतिकतेचा भार

लहानपणापासून काय चूक, काय बरोबर हे आपल्या मनावर बिंबवले जाते. उदाहरणार्थ, नेहमी मोठ्यांचेच ऐकावे, अमुक एका पद्धतीने वागणारी व्यक्ती योग्य, स्वतःचा विचार करणे चूक इत्यादी. पण काळ आणि वेळ बदलेल, तसे आपण हे विचार बदलत नाही. हा भार स्व-परिवर्तनाच्या प्रक्रियेमधील सर्वांत मोठा अडथळा आहे. तो योग्य वेळी दूर न केल्याने संतुलन बिघडते.

४ अपेक्षापूर्तींचा संघर्ष

अपेक्षा ही एक नैसर्गिक गोष्ट आहे. अपेक्षा पूर्ण करण्यासाठी आपण प्रयत्न करणे हेही स्वाभाविकच आहे. मात्र अपेक्षांची पूर्ती आपल्याला हवी तशीच झाली पाहिजे, या अट्टाहासाने स्वतःवरच अमर्याद ताण येतो. याचा परिणाम म्हणजे, आयुष्याचे संतुलन बिघडते आणि वर्तमानात जगण्याचा आनंद हिरावतो.

ही सगळी कारणे समजून घेऊन 'दुसऱ्याला दोष न देता आपण आपल्यात बदल करणे गरजेचे आहे', हे जेव्हा आपल्याला उमजते, तेव्हा आपण स्व-जागरूक होतो.

लक्षात ठेवा!

आयुष्याचे चक्र संतुलित करायचे असेल, तर स्व-जागरूकता हवी. जागरूकता असंतुलनाची जाणीव करून देते, पण स्व-जागरूकता मात्र त्या जाणिवेचे रूपांतर स्व-परिवर्तनाच्या वाटचालीकडे करते, स्वतःमध्ये बदल घडवून!

◆◆◆

३

'जाऊ दे' म्हणून सोडून देऊ नका!

मी ठरवल्याप्रमाणे गोष्टी घडल्या नाहीत तर?
काहीतरी वाईट घडलं तर?
मी पुन्हा दुखावलो गेलो किंवा दुखावली गेले तर?
माझे मानसिक स्वास्थ्य हरवले तर?...

अशा प्रकारचे विचार आपल्या सर्वांच्या मनात कधी ना कधीतरी येतातच. कधीतरी असा विचार येणे किंवा करणे ठीक आहे; परंतु त्याचा अति विचार करणे, हे फार हानिकारक आहे. यामुळे आपण केवळ अस्तित्वात नसलेल्या समस्यांच्या गर्तेत खोल-खोल जात राहतो. अशाने आपण स्वत:शीच दीर्घ काळ बोलत राहतो. आपला वेळ, शक्ती आणि विचार वाया घालवतो.

खरे तर, आपल्या आजूबाजूला जे घडते, त्याचा परिणाम आपल्या अंतर्मनावर, विचारांवर व आचारांवर कळत-नकळत होत असतो. म्हणजेच आपले मन आपल्याशी खेळ खेळत असते आणि कल्पनारम्य संभाव्य परिस्थिती तयार करत असते.

बऱ्याच वेळा आपण काय विचार करतो, याची जाणीव आपल्याला असते; परंतु त्याबद्दल आपल्याला काय वाटते हे विसरून जाण्याकडे आपला कल असतो.

एखाद्या प्रिय व्यक्तीची टिप्पणी, घर किंवा कार्यालयातील परिस्थिती किंवा भूतकाळातील आठवणी, एखाद्या प्रसंगाबद्दल अथवा घटनेबद्दल रडू येणे किंवा त्याची भीती वाटणे हे चूक आहे, हेच लहानपणापासून आपण ऐकलेले असते. त्यामुळे आपण एक तर अशा भावना दडपतो किंवा त्याकडे दुर्लक्ष करतो. 'जाऊ दे' म्हणून पुढे जातो.

मात्र आपण जर नेहमीच 'जाऊ दे' म्हणत राहिलो, तर ते आपल्या मानसिक स्वास्थ्यासाठी हानिकारक ठरते. विचारांच्या गोंधळाबद्दल व मानसिक आरोग्यावर होणाऱ्या त्याच्या परिणामाबद्दल आपण मागील लेखात बोललो. 'जाऊ दे' म्हणायचे आणि स्वत: विचारांच्या साखळीत अडकायचे, यामुळे काहीही साध्य होत नाही.

आपल्या मनात विचारांची आणि भावनांची स्पष्टता असणे, तसेच त्यामध्ये समन्वय असणे, हाच मानसिक आरोग्याचा मूळ आधार आहे.

विचार आणि भावना यांचा समन्वय

१ **आपला 'आतला' आवाज**

सर्वप्रथम आपला आतला आवाज, म्हणजेच आपले मन आपल्याला काय सांगत आहे, ते समजून घेण्याचा प्रयत्न करा. आपण एका विशिष्ट पद्धतीनेच विचार करत आहोत का? मला नक्की काय वाटते आहे? माझ्या मनात कोणत्या भावना आहेत? याबद्दल विचार करा.

इतर लोकांना आपल्याबद्दल काय वाटते, यापेक्षा 'स्वत:ला स्वत:बद्दल काय वाटते' याचे उत्तर शोधणे महत्त्वाचे आहे.

२ **'हे तात्पुरते आहे' स्वत:ला समजवा**

ज्या क्षणी आपल्या मनात कोणतेही अप्रिय विचार येतात, त्या क्षणी मनात अप्रिय भावना निर्माण होतात. आपल्याला बेचैन किंवा अस्वस्थ वाटते. आता नेहमी असेच असणार असेही वाटते. खरे तर, आपली विचारसरणी बदलण्याची क्षमता आपल्यातच असते. आपण आपल्या मनाला सांगू शकतो की, ही परिस्थिती तात्पुरती आहे. हेही बदलेल. प्रत्येक अडचणीवर तोडगा काढता येऊ शकतो.

३ **भावनांकडे दुर्लक्ष करू नका**

कोणत्याही अडचणीचे अथवा परिस्थितीचे निराकरण करण्याची पहिली पायरी म्हणजे त्याला सामोरे जाणे. 'जाऊ दे' म्हणून सोडून देणे, दुर्लक्ष

करणे किंवा त्यापासून पळ काढणे, हा मार्ग नाही. त्यामुळे दीर्घ काळ दडपून ठेवलेली भावना अचानक चुकीच्या पद्धतीने, चुकीच्या ठिकाणी आणि चुकीच्या वेळी प्रबळ होऊन बाहेर येते. त्यामुळे प्रत्येक परिस्थितीत आपल्या भावनांना प्राधान्य देऊन परिस्थितीला सामोरे जा.

४ भावना आणि विचार यांचा समन्वय साधा

कोणत्याही परिस्थितीबाबत स्वतःचे विचार काय आहेत, याकडे लक्ष द्या. स्वतःला खात्री द्या की, ही केवळ एक 'परिस्थिती' आहे आणि ती जाईल. त्याबद्दल तुमच्या मनात येणाऱ्या भावना दडपण्याऐवजी किंवा त्याकडे दुर्लक्ष करण्याऐवजी आपल्या विचार आणि भावना ओळखून त्यांचा समन्वय साधा.

लक्षात ठेवा!

आपला आतला आवाज ऐका. तोच आवाज आपल्याला मदत करेल!

◆◆◆

४

ट्रिगर

नेहा आणि आनंद यांचा लग्नाला आज पाच वर्षे झाली. आनंदने आज खूप छान बेत केला होता. तो लवकर घरी आला आणि आजचा दिवस छान साजरा करण्याची पूर्ण तयारी करून नेहाची वाट पाहत राहिला. नेहा कामावरून घरी आली. थोडी नाराज वाटत होती. त्याने विचारले, ''आज खूप दमली आहेस वाटतं, खूप काम होतं का?''

नेहा दीर्घ श्वास घेत म्हणाली, ''आजचा दिवस थोडा वाईट गेला, काय झालं होतं की...''

तिला मध्येच थांबवत आनंद म्हणाला, ''अरे, एवढंच ना! म्हणजे काही विशेष नाही.''

त्याला वाटले की, असे म्हटल्यावर नेहाचा मूड बदलेल. पण झाले वेगळेच. नेहाचा चेहरा पडला. ती रागवून तिच्या खोलीत निघून गेली आणि तिने जोरात दार लावून घेतले.

आनंदला मात्र आश्चर्य वाटले; कारण ती याआधी कधीच अशी वागली नव्हती. इकडे नेहा खूप नाराज झाली. मात्र तिचे विचारचक्रही चालू झाले.

तिला प्रश्न पडला होता की 'मी अशी का वागले? कामाच्या ठिकाणी मी किती शांतपणे सगळ्या गोष्टी सांभाळते. पण मग मी आज आनंदवर इतकी का चिडले? आनंद हा तर माझ्या आयुष्यातला सर्वात महत्त्वाचा माणूस आहे.

नेहाच्या नाराजीमुळे इकडे आनंदने सगळा बेत रहित केला. थोड्या वेळानंतर नेहा खोलीतून बाहेर आली आणि चालायला जाण्यासाठी बाहेर पडली. एकच प्रश्न तिला सतावत होता, 'मी अशी का वागले? नेहमीच 'काहीतरी' घडते आणि मी अशी वागते.'

नेहासारखाच हा प्रश्न आपल्यालाही अनेकदा पडत असतो. नेहमी 'काहीतरी' घडते आणि आपण आपल्याच नकळत वेगळे वागतो. हेच 'काहीतरी' म्हणजे निमित्त! म्हणजेच 'ट्रिगर'.

आपल्या सर्वांनाच असे काही ना काही 'निमित्त' पुरेसे असते. मग ते निमित्त एखाद्या घटनेचे असो, लोकांचे असो, जागेचे असो अथवा अगदी काही विशिष्ट शब्दांचेही! बहुतांश वेळा हे निमित्त आपल्या भूतकाळातील किंवा आपल्या लहानपणी घडलेल्या एखाद्या घटनेशी संबंधित असते. आपल्या लक्षातही येत नाही की आपल्या अशा अचानक विचित्र वागण्याला हे निमित्त कारणीभूत ठरले. मात्र अशामुळे बऱ्याचदा आपली जवळचे लोक दुखावले जातात. त्यांनाही आपल्या विचित्र वागण्याचे कारण कळत नाही.

आता नेहासाठी काय निमित्त ठरले ते पाहू. नेहा लहान असताना तिच्या शाळेत घडलेल्या सगळ्या गोष्टी तिच्या आईला सांगत असे. नेहाला शाळेत जर काही गोष्टींचा त्रास झाला असेल, तर तेही ती आईला सांगत असे. यावर तिची आई म्हणायची, 'इतकंच ना, म्हणजे काही विशेष नाही.' नेहाला याचे खूप वाईट वाटायचे आणि ती आक्रमक वागायची. नेहा जेव्हा उच्च शिक्षणासाठी बाहेर गेली तेव्हादेखील एकटे राहताना तिला होणाऱ्या त्रासाविषयी, तिच्या अडचणींविषयी ती तिच्या आईला सांगे. त्यावरही आईचे हेच म्हणणे असे की, 'इतकंच ना, म्हणजे काही विशेष नाही.' नेहमी असेच घडत राहिल्याने तिला वाटू लागले की 'मी जे सांगते ते इतरांना फार काही महत्त्वाचे, विशेष वाटत नाही.' तिचा तसा ठाम समजच बनला.

मग आपले म्हणणे महत्त्वाचे वाटावे यासाठी आक्रमक वागण्याचा मार्ग तिने निवडला. असे आक्रमक वागल्याने आपल्या म्हणण्याला विशेष महत्त्व प्राप्त होते हे नेहाला पूर्वानुभवातून कळले होते. त्यामुळे अशा काही घटना घडल्या की, तिचे वागणे एकदम बदलून जात असे.

म्हणजेच काय तर, आपल्या वेगळ्या वागण्याकडे दुर्लक्ष न करता त्यामागे नेमके काय कारण असू शकते; हे शोधणे महत्त्वाचे असते.

ट्रिगरची कारणे

१ काय झाल्याने आपले वागणे बदलते किंवा आपल्याला त्रास होतो हे दुसऱ्या कोणत्याही व्यक्तीला ओळखता येणार नाही. ते आपणच शोधायला हवे.

२ ट्रिगरचा उगम शोधायला हवा. आपण असे का वागतो, नक्की कोणता हेतू पूर्ण करण्यासाठी आपण असे वागतो हे शोधायला हवे.

३ त्या निमित्तमात्र ठरणाऱ्या ट्रिगरवर तात्पुरता उपाय शोधण्यापेक्षा निमित्तमात्र ठरणाऱ्या घटना, गोष्टी समजून त्यावर कायमस्वरूपी उपाय शोधण्याचा प्रयत्न करावा.

लक्षात ठेवा!

आपल्या वागण्याचा परिणाम नजीकच्या व्यक्तींवर आणि विशेषतः स्वत:वर जास्त होत असतो. त्यामुळे यामागची कारणे वेळीच शोधून काढावीत.

◆◆◆

५

भूतकाळाचे नक्की करायचे तरी काय?

मेघा, २९ वर्षांची तरुणी, कंपनीतील सहकाऱ्यांबरोबर बाहेर जेवायला गेली. मेनू कार्ड येताच 'इथे किती कमी व्हरायटी आहे' असे म्हणून तिने आपली नाराजी व्यक्त केली. घरी आल्यानंतरही ऑफिसमधील प्रत्येक व्यक्तीबद्दल तिचे तक्रार करणे सुरू झाले.

तिला समजावण्याचा प्रयत्न इतर लोकांनी केला, परंतु तिचे म्हणणे एकच, 'कायम माझ्याच बाबतीत असे का होते? नेहमी मीच का पडती बाजू घ्यायची? मीच का समजून घ्यायचे?'

आपला तक्रार करण्याचा स्वभाव हा आधीच्या अनुभवांमुळे घडला आहे असे समजून ती स्वतःच्या पूर्वायुष्याला दोष देऊ लागली. काहीही घडले तरी त्यासाठी हा भूतकाळच कारणीभूत होऊ लागला. परिणामी ती भावनिकरीत्या सैरभैर झाली. तिच्या नातेसंबंधांवर त्याचा परिणाम होऊ लागला. कालांतराने मेघाच्या हेही लक्षात आले की, आपण सगळ्यासाठी भूतकाळालाच खूप दोष देत आहोत. मग तिने हे काही जवळच्या लोकांना सांगितले. सर्वांकडून एकच उत्तर आले, ते म्हणजे 'मागचं सगळं विसरून जा!

भूतकाळात घडलेल्या गोष्टींना विसरून जा आणि नव्यानं आयुष्य सुरू कर.' पण तिला ते करणे कठीण जात होते. कितीही झाले तरी भूतकाळ असा विसरणे शक्य नव्हते, कारण त्यामुळेच वर्तमानकाळात समस्या उद्भवत होत्या.

मेघासारख्याच आपल्याही काही समस्यांचे मूळ भूतकाळात असते. तो भूतकाळ विसरून जायला का अवघड जाते? या पूर्वायुष्याचे नक्की करायचे काय? उत्तर अगदी सोपे आहे :

१ **भूतकाळाकडे 'वाईट कालखंड' म्हणून पाहू नका**

भूतकाळाला आपण कायम दोष देत राहतो; कारण आपण त्याकडे केवळ 'वाईट कालखंड' म्हणून बघतो. आपण जर त्याच काळाला एक शाळेतील वर्ग म्हणालो तर? इथे परीक्षा आधी येते आणि धडा नंतर मिळतो. पूर्वायुष्याला एक महत्त्वाचा कालखंड म्हणून स्वीकारा. यामुळे दोष देण्याची तीव्रता तर कमी होतेच, पण त्याची जबाबदारीही आपण घेतो.

२ **'विसरून जा'चा अट्टाहास टाळा**

कोणत्याही परिस्थितीत आपले पूर्वायुष्य विसरून जायला हवे या अट्टाहासापेक्षा त्याच्या स्वीकारामुळे अधिक बळ मिळते. कारण अट्टाहास हा दलदलीसारखा असतो. त्यातून तुम्ही जितका वर यायचा प्रयत्न कराल, तितकाच तो तुम्हाला आत खेचतो. त्यामुळे विसरून जाण्याच्या अट्टाहासाऐवजी भूतकाळाला स्वीकारा.

३ **आपण काय शिकलो?**

भूतकाळ आपल्याला वेगवेगळे अनुभव देत असतो. त्यातून योग्य तो बोध घेणे हे आपले काम. यातूनच आपण मानसिकरीत्या प्रगल्भ होत असतो. 'हे माझ्याच वाट्याला का?' असा विचार करण्यापेक्षा 'यामुळे मला अमूक एक शिकता आले', हा विचार अधिक मार्गदर्शक ठरतो.

लक्षात ठेवा!

पूर्वायुष्याचा स्वीकार करून, त्यातून योग्य तो बोध घेऊन स्वतःचा मानसिक विकास करून घेणे, म्हणजेच वर्तमानकाळात जगणे!
हेच आयुष्यात पुढे जाण्याचे खरे लक्षण आहे!

◆◆◆

६

ऐकावे जनाचे, करावे मनाचे

'आई, मी हे कपडे घालू का? चांगले दिसतील की नाही?'
'बाबा, मी कुठे ॲडमिशन घेऊ?'
'दादा, मी नक्की कोणती नोकरी करू?'

यांसारखी वाक्ये लहानपणापासूनच आपल्या परिचयाची झालेली असतात. कोणत्याही निर्णयात दुसऱ्यांच्या मतांवर अवलंबून राहणे, आपल्याला वावगे वाटत नाही. किंबहुना आपण काय करावे हे आपल्याला सांगितले जाते, अथवा कधीकधी ठरवलेही जाते. काय चूक आणि काय बरोबर हे लहानपणापासून आपल्याला दुसरे कोणीतरी सांगत असते. अर्थात काही परिस्थितीत ती त्या-त्या वेळेची गरजही असते. त्यामुळे 'चूक-बरोबर'ची यादी तयार होते. स्वतःचे निर्णय स्वतः घेणे, स्वतःचे चांगले-वाईट ठरवणे यासाठीचा अनुभव, तितकी समज, प्रगल्भता लहानवयात नसते. पण त्यामुळे आपले निर्णय, आपली मते बरोबर की चूक याची दुसऱ्याकडूनच खात्री करून घेण्याची आपल्याला जणू सवयच लागते. नेहमी एका ठराविक पद्धतीनेच विचार करत राहिल्यामुळे नवीन आणि वेगळा विचार आपण करू शकतो, हे आपल्या लक्षातही येत नाही. स्वतः काही निर्णय घेतले आणि ते चुकले तर, याची भीती मनात कुठेतरी असते. हीच ती अपयशाची भीती! यालाच आपण 'Fear of Failure' म्हणतो.

मग काय करायचे?

आपली मते, आपले निर्णय हे आपले असतात. ते चूक की बरोबर हे दुसऱ्या व्यक्तीच्या सांगण्यावरून ठरत नाही. त्यामुळे 'चूक की बरोबर' या ओझ्यातून प्रथम आपण मुक्त होणे गरजेचे आहे!

यासाठी काही प्रश्न स्वतःला विचारा :

१ माझा निर्णय चुकला तर काय होईल?

२ निर्णय चुकला नाही आणि बरोबर ठरला तर काय होईल?

३ निर्णय चुकला तर त्याचा माझ्यावर काय परिणाम होईल?

४ निर्णय बरोबर ठरला, तर त्याचा माझ्यावर काय परिणाम होईल?

एकदा या चार प्रश्नांची उत्तरे शोधायला सुरुवात केली की, आपले मन आपोआप सर्व शक्यतांची पडताळणी करेल आणि सर्व गोष्टी स्पष्ट होत जातील.

प्रत्येक वेळी इतरांकडून मिळालेला सल्ला आपल्या परिस्थितीला योग्य किंवा अनुरूप असेलच असे नाही. आपली परिस्थिती, पार्श्वभूमी फक्त आपल्याला माहीत असते. त्यामुळे वेगळ्या दृष्टिकोनासाठी आपण सल्ला जरूर घ्यावा पण अंतिम निर्णय फक्त आपला असावा. म्हणूनच आपल्याकडे 'ऐकावे जनाचे आणि करावे मनाचे' अशी एक म्हण आहे. म्हणजेच 'मी जो निर्णय घेतला आहे किंवा जो विचार केला आहे, तो सर्वस्वी माझा आहे. त्याचे चांगले-वाईट, सर्व परिणाम माझे आहेत. त्यासाठी मी परिस्थितीला किंवा इतर कोणा व्यक्तीला दोष देणार नाही,' हे मनाशी पक्के करा. एकदा निर्णय घेतला की आपल्याला मार्ग दिसतो. मार्ग दिसल्यानंतर घेतलेल्या निर्णयाची जबाबदारी घेऊन कृती करणे तितकेच महत्त्वाचे.

लक्षात ठेवा!

आपण करतो ते चूक की बरोबर? याचा अति विचार न करता त्याची जबाबदारी घ्या आणि आत्मविश्वासाने आपले विचार आणि निर्णय याची प्रत्यक्ष अंमलबजावणी करा. म्हणतात ना, 'Every choice has a price to pay. Beauty is choosing which is worth the risk!'

◆◆◆

७

मी 'हो' का म्हणाले?

'हो, मी हे करेन.'
'होय, मला मान्य आहे.'
'मला हे करायलाच हवं, कारण मी त्यांना 'नाही' म्हणू शकत नाही.'
'मी यासाठी होकार दिला, कारण मला नंतरचं भांडण नको होतं.'
'त्यांना दुखावून मला काही करायचं नाही, म्हणून मी होकार दिला.'

ही वाक्ये अथवा यांसारखी वाक्ये आपल्या दैनंदिन जीवनाचा भाग आहेत, होय ना? तथापि, मनात असो वा नसो, आपण बऱ्याचदा आधी होकार देऊन टाकतो आणि नंतर 'मनात नसताना उगाच 'हो' म्हटलं आपण, 'नाही' म्हणायला हवं होतं,' असा विचार करत चुटपुटत राहतो. हे असे अगदी लहानपणापासूनच सुरू होते.

आपल्या शाळेतील सवंगडी, महाविद्यालयातील मित्र-मैत्रिणी, एखादा खास मित्र अथवा मैत्रीण यांनी आपल्याला स्वीकारावे, त्यांच्या विश्वात सामावून घ्यावे म्हणून आपण सतत होकार देत जातो. पुढे जसजसे मोठे होऊ, तसतसे सभोवतालचे वर्तुळही मोठे होते. मित्रमंडळींबरोबर... त्यात कुटुंबीय, सगेसोयरे, कार्यालयीन सहकारी, वरिष्ठ यांचीही भर पडते. पण स्वीकृतीची आवश्यकता मात्र सुरू राहते. 'बाह्य स्वीकृती' ही भावनिक गरजच आपल्याला होकार द्यायला भाग पाडत असते. ही भावनिक गरज प्रामुख्याने दोन गोष्टींमुळे निर्माण होते : प्रेमाची आस आणि एकटे पडण्याची भीती.

प्रेमाची आस

एक मुलगी जिथे कायम माया, प्रेम मिळेल त्या नातेवाइकांकडे किंवा मैत्रिणींकडे वेळ घालवायची. इतर काहीही त्रास झाला, मनाविरुद्ध काही झाले, तरी तिथे मिळणाऱ्या मायेपोटी, प्रेमापोटी ती ते सगळे सहन करायची. कशालाही नकार द्यायची नाही. असे का होत असावे?

प्रेमाची आस ही एक भावनिक गरज आहे. आई-वडिलांची न मिळालेली माया, सहवास-प्रेम, दीर्घ काळ सोसलेले एकटेपण, पूर्वायुष्यातील काही वाईट अथवा कठीण प्रसंग यांसारख्या गोष्टींमुळे ही भावनिक गरज निर्माण होते. मग हे प्रेम, माया बाहेर कुठेतरी शोधले जाते. दैनंदिन जीवनात या प्रेमाची आस पूर्ण झाली नाही, तरी मनात कुठेतरी असतेच. त्यामुळे नकळतपणे आपले मन ते मिळवण्याचा प्रयत्न करत राहते. त्याचाच परिणाम म्हणून नकार देण्याऐवजी आपण होकार देतो.

एकटे पडण्याची भीती

एका मुलाला बाहेर फिरण्यापेक्षा घरी राहून शांतपणे पुस्तक वाचायला आवडायचे. पण त्याचे मित्र त्याला बाहेर फिरायला बोलवत. आपण गेलो नाही तर आपण एकटे पडू का? त्यावरून आपल्याला चिडवले जाईल का? असेही त्याला वाटत असे. त्यापेक्षा 'हो' म्हणू या असा विचार करून तो होकार देत असे. आपण त्या सर्वांपासून एकटे पडू असे त्याच्या मनात येई.

यालाच 'एकटे पडण्याची भीती' किंवा इंग्लिशमध्ये 'Fear of being left out' म्हणतात. या भीतीमुळे आपण होकार देत राहतो. याचा परिणाम आपल्या निर्णयक्षमतेवर होतो. मित्र-मैत्रिणींची निवड, सहकाऱ्यांची निवड, अगदी आयुष्याच्या जोडीदाराची निवडही काही वेळा या भीतीतून केली जाते.

यावर उपाय काय?

१ स्वतःवर विश्वास ठेवा. जेव्हा आपले स्वतःचे निर्णय, स्वतःची मते स्वतःला पूर्ण पटतात, मान्य असतात, तेव्हा इतर लोकांकडून ते मान्य व्हावेत अशी आवश्यकता वाटत नाही.

२ स्वतःला प्राधान्य द्या. एकदा आपल्या भावनिक गरजा महत्त्वाच्या आहेत हे मान्य केले, की त्या पूर्ण करण्याची शक्ती, ऊर्मी आणि क्षमता आपल्यात आहे हे आपल्याला उमजेल. स्वतःच्या विचारांवर ठाम राहा आणि कृतीवर विश्वास ठेवा.

३ आपल्या विचारांत स्पष्टता असू द्या. आपल्याला नक्की कशाची भीती वाटते याचा विचार करा. भीतीपोटी घेतलेल्या निर्णयांमुळे भीती जात नाही. स्वतःला आहे तसे स्वीकारा. आपण वेगळे आहोत यात काही चुकीचे नाही हे समजून घ्या.

लक्षात ठेवा!

आपल्या भावनांचा आदर ठेवा, त्यांना मान द्या आणि त्याप्रमाणे वागा. एकदा हे जमले, की मग मनात नसताना 'होकार' दिल्यामुळे होणाऱ्या घुसमटीपेक्षा 'नकार' दिल्याने; मिळणाऱ्या समाधानाचा अनुभव तुम्हाला नक्कीच घेता येईल!

◆◆◆

८

सहनशीलता सद्गुण की दुर्गुण?

रेखा, ४० वर्षांची महिला, तिच्या आयुष्यात खूप समाधानी होती. नवरा आणि दोन मुली असे तिचे छोटे कुटुंब होते. एके दिवशी तिच्या दोन्ही मुली भांडायला लागल्या. रेखाने कारण विचारले, तर दोघीही एकमेकींवर दोषारोप करू लागल्या. त्यांचे भांडण काही मिटेना. तेव्हा रेखाने मोठ्या मुलीला बाजूला घेत समजावले, 'तू मोठी आहेस ना, तू समजून घे. थोडं सहन कर!' मोठी खरेच समजूतदार होती. तिने ते ऐकले आणि भांडण मिटले. तेवढ्यात रेखाच्या मैत्रिणीचा फोन आला. नोकरीच्या ठिकाणी सतत मिळणाऱ्या अपमानास्पद वागणुकीबद्दल मैत्रीण फोनवर तक्रार करत होती. सर्व ऐकून झाल्यावर रेखा तिला म्हणाली, 'अगं, थोडं सहन कर. कारण नोकरीची गरज शेवटी तुला आहे.' हे ऐकून मोठ्या मुलीने रेखाला प्रश्न केला, 'आई, आपण कायम सहनशील राहिलो, तरच प्रश्न सुटतात का?' यावर तात्पुरते काहीतरी उत्तर देऊन रेखा निघून गेली खरी. पण मुलीचा तो प्रश्न काही केल्या तिच्या डोक्यातून जात नव्हता. तिचेच मन तिला खात होते. कारण 'सहन कर' किंवा 'सहनशील हो' हा सल्ला सर्व ठिकाणी लागू होत नाही. त्याने मूळ प्रश्न सुटतोच असेही नाही. मनात धुसफुस होत राहतेच. सहनशीलता महत्त्वाची नक्कीच आहे, पण त्याचा अतिरेक नको, हे रेखाला समजले होते.

या उदाहरणाप्रमाणे आपल्यालाही लहानपणापासून सहनशील होण्याचा सल्ला अनेक वेळा मिळालेला असतो. अर्थातच, त्याचे फायदे बरेच असल्याने ते योग्यही आहे. सहनशील राहण्याने कधी नाती जपली जातात, कधी वेळ मारून नेली जाते, तर कधी भांडणे मिटतात. सहनशील राहण्याने आपणही अधिक सक्षम झाल्यासारखे वाटते. पण अतिसहनशील राहण्याची मोठी किंमत आपल्याला चुकवावी लागत असेल, तर अशा ठिकाणी सहनशीलता अयोग्य असते. आणि ती किंमत म्हणजे आपली शक्ती/ऊर्जा, आत्मविश्वास आणि आत्मसन्मान!

सहनशीलतेच्या बदल्यात चुकवावी लागणारी किंमत जोपर्यंत किरकोळ असते, तोपर्यंत आपण ती आनंदाने सहन करतो. पण त्यासाठी सातत्याने मोठी किंमत मोजत राहिल्यास त्याचा आपल्यावर वाईट परिणाम होतो. मागील लेखात सांगितल्याप्रमाणे आपण 'भावनिक गुलाम' बनतो.

मग यावर उपाय काय?

१ सहनशीलतेच्या बदल्यात तुम्हाला काय करायला लागणार आहे हे पाहा. चुकवावी लागणारी किंमत योग्य कारणासाठीच आहे ना, त्यामुळे आपल्याला मन:शांती, समाधान मिळणार आहे की मनस्ताप होणार आहे, याचा विचार आधी करा.

२ लोक काय म्हणतील हा विचार करून आपण बऱ्याच गोष्टी सहन करत राहतो. पण त्यामुळे आपल्याला अनेकदा मनाविरुद्ध वागावे लागते आणि त्याचा त्रास होतो. लोकांपेक्षा आपल्याला काय योग्य वाटते, त्याचा विचार करून निर्णय घ्या.

३ तुम्ही सहनशील असाल, प्रत्येक अडीअडचणीला समजूतदारपणा दाखवत असाल, तरी तुम्हाला काही 'आदर्श व्यक्ती' म्हणून कोणी पदवी देणार नाही, हे लक्षात घ्या. लोकांचा चांगुलपणा, शाबासकी मिळवण्याच्या नादात आपण स्वत:ला किती मनस्ताप करून घेत आहोत हे वेळीच ओळखा. अशी शाबासकी मिळवण्याचा अट्टाहास टाळा.

४ सहनशील व्हायचेच असेल, समजूतदारपणा दाखवायचाच असेल, तर तो सत्कारणीच असू द्या. चुकीच्या गोष्टींसाठी स्वतःला मनस्ताप करून घेणे योग्य नाही.

आजपासून निश्चय करा, मला ज्या गोष्टींचा जास्त त्रास होतो, त्या मी आजपासून सहन करणार नाही. सहनशीलता कुठे आणि किती दाखवायची याचा हक्क आणि निर्णय तुम्हाला घ्यायचा आहे.

लक्षात ठेवा!

स्व-निश्चय हाच तुमचा मित्र आहे!

◆◆◆

१

अमूल्य वेळ आणि अनमोल आयुष्य

नुकतीच तिशी ओलांडलेली निशा एका बँकेत अधिकारी होती. सतत कामात राहणाऱ्या निशाने एकदा सलग दहा दिवसांची सुट्टी घेतली. सुट्टीच्या दिवसांतही ती ऑफिसच्या कामाबद्दलच विचार करत राहिली. सुट्टीवरून परत ऑफिसला आल्यावर मात्र 'मला सुट्टीची किती गरज आहे' हे ती सर्वांना सांगत राहिली. 'वेळेचे नियोजन' याबद्दलची माहिती शोधण्यासाठी तिने इंटरनेटवर बराच वेळ घालवला. शेवटी निराश होऊन 'वर्क-लाइफ बॅलन्स'ची आपल्याला खूप गरज आहे, असा निष्कर्ष तिने काढला.

आपणही बऱ्याच वेळा अशा चक्रात सापडतो. आयुष्य अधिक चांगल्या पद्धतीने कसे जगावे यासाठीचे मार्ग शोधत राहतो. मात्र दुर्दैव असे की, आपण वेळेचे नियोजन, त्याचे व्यवस्थापन याची उत्तरे बाहेर कुठे मिळतात का हे शोधण्यातच जास्त वेळ घालवतो. वास्तविक, आपल्या विचारांमध्ये स्पष्टता असेल, तर वेळेचे नियोजन किंवा 'वर्क-लाइफ बॅलन्स' यासाठी वेगळे काही करण्याची आवश्यकताच नसते.

आपण आपला बहुतांश वेळ आपल्या दैनंदिन गरजा आणि जबाबदाऱ्या पूर्ण करण्यासाठी घालवत असतो. परिणामी, आपल्यासाठी खरोखरच महत्त्वाच्या असलेल्या गोष्टींसाठी (विशेषतः स्वतःच्या समाधानासाठी, आनंदासाठी अथवा मानसिक आरोग्यासाठी) आपण कमीत कमी वेळ देतो.

बऱ्याचदा आपली स्वप्ने प्रत्यक्षात आणण्यासाठीच्या प्रयत्नांपेक्षा त्याच्या नियोजनावरच प्रमाणापेक्षा अधिक भर दिला जातो. तसेच, आपला वेळ कसा

वाचेल, त्यासाठी काय करावे याचा विचार करण्यातच आपण जास्त वेळ घालवतो. मात्र काळ हा कधी कोणासाठी थांबत नसतो. त्यामुळे आपण वेळ नुसताच वाया घालवला की सत्कारणी लावला (Waste or Invest?) हे पाहणे महत्त्वाचे आहे. Quality Time म्हणजेच Quality Life. थोडक्यात, वेळेचा सदुपयोग केला की, आयुष्य सत्कारणी लागतेच.

वेळ योग्य कारणासाठी कसा देता येईल?

आपल्याकडे काहीच नसते तेव्हा आपण काय करतो? आपल्याकडे करण्यासारख्या बऱ्याच गोष्टी आहेत, तेव्हा आपण काय करतो?

त्यामध्ये 'माझ्यासाठी महत्त्वाचे असणारे' आणि 'माझ्यासाठी महत्त्वाचे नसणारे' असे दोन विभाग करू. कामांची अशी वर्गवारी करताना आपल्या लक्षात येईल की, बऱ्याच गोष्टी आपण केवळ सवयीचा भाग म्हणून करत असतो. खालील मुद्दे लक्षात घेऊन आपला वेळ आणि आपले आयुष्य यांचे समीकरण कसे मांडता येईल ते पाहू!

१ **वेळ आणि आयुष्य : नक्की काय महत्त्वाचे आहे?**

आपल्यासाठी नक्की 'काय' महत्त्वाचे आहे आणि ते 'का' महत्त्वाचे आहे हे ठरवणे आवश्यक आहे. त्यामध्ये आपल्या मानसिक आरोग्यासाठीही काय महत्त्वाचे आहे हे जाणून घेणे अधिक आवश्यक आहे. कारण आपले मानसिक आरोग्य चांगले असेल, तरच आपण आपल्या इतर सर्व जबाबदाऱ्या आणि कामे अगदी आनंदाने समतोल राखत करू शकू.

२ **वेळेचा सदुपयोग म्हणजे काय?**

तुम्ही तुमच्या प्राधान्यक्रमानुसार वेळ कुठे आणि कोणत्या गोष्टीसाठी द्यायचा ते ठरवा. कोणत्या कामासाठी, गोष्टीसाठी वेळ दिल्याने वेळेचा सदुपयोग झाला असे वाटते किंवा त्यामुळे समाधान मिळते हे व्यक्तिपरत्वे वेगवेगळे असू शकते. आपल्यासाठी महत्त्वाच्या असलेल्या सगळ्या बाबतीत याप्रमाणे निर्णय घेऊन पाहा. अशा प्रकारे ठरवून दिलेला वेळ कधी वाया गेला असे वाटत नाही.

३ **स्वतःशी प्रामाणिक राहा**

आपल्याकडून ठराविक निर्णय घेताना, एखादे ठराविक काम करताना काही चुकत असेल, तर ते प्रामाणिकपणे मान्य करून, तसे का होत आहे हे जाणून घेण्याचा प्रयत्न करा. त्यात सुधारणा कशी करता येईल याचा विचार करा. अशा कारणासाठी खर्च केलेला वेळ कधीही वाया जात नाही. आपल्यासाठी काय महत्त्वाचे आहे हे दुसरी कोणतीही व्यक्ती सांगू शकणार नाही. ते आपणच ठरवायला हवे.

४ **मिळालेला वेळ आपला**

'परफेक्ट' वेळेची वाट पाहण्यापेक्षा मिळालेला वेळ 'परफेक्ट' करायचा असतो हे आपल्याला कळत नाही. आपल्या मनातल्या भाव-भावना, आपली गरज ओळखून, त्याला प्राधान्य देऊन जगण्याची हीच वेळ आहे. कारण प्रत्येक क्षण अनमोल आहे.

लक्षात ठेवा!

सुखी, आनंदी आयुष्य जगण्यासाठी perfect वेळेची वाट पाहत थांबायचे नसते; मिळालेला वेळ perfect करायचा असतो.

◆◆◆

- **भावनिक गरज म्हणजे काय ?**
- **व्यक्तीच्या भावनिक गरजा**

  पहिली भावनिक गरज : प्रेम
  दुसरी भावनिक गरज : महत्त्व
  तिसरी भावनिक गरज : कौतुक
  चौथी भावनिक गरज : प्रगती
- **भावनिक गुलामगिरी**

१०

भावनिक गरज म्हणजे काय?

ध्येयप्राप्तीसाठी स्वार्थी अथवा स्व-जागरूक असणे वाईट नसते. आपल्या विचारांचा प्रभाव आपल्या आत्मविश्वासावर पडत असतो. शारीरिक आरोग्य चांगले राहावे म्हणून ज्याप्रमाणे आपण आपल्या शरीराची काळजी घेतो, त्याचप्रमाणे मानसिक आरोग्य उत्तम राहावे म्हणून आपण आपल्या मनाची, भावनांची काळजी घेतली पाहिजे. मात्र त्याही आधी आपल्याला 'भावनिक गरजा' असतात आणि त्यांचा प्रभाव आपल्या विचारांवर आणि कृतीवर पडतो, हे लक्षात घेतले पाहिजे.

भावनिक गरजा पूर्ण होत असतील, तर व्यक्ती आनंदी, समाधानी असते. पण त्या अपूर्ण राहिल्या तर मात्र मनःस्थिती बिघडते. त्याचा परिणाम आपल्या वागण्यात प्रतिबिंबित होतो. सगळे असूनही काहीतरी उणेपण जाणवत राहते. त्यामुळे आपल्या भावनिक गरजा ओळखणे, तसेच त्यामागचे कारण काय याचा शोध घेणे आवश्यक ठरते.

भावनिक गरज कशी असते आणि ती पूर्ण करण्याचा कसा प्रयत्न होतो याचे एक उदाहरण पाहू. आपल्या सभोवती असे काही लोक असतात, ज्यांना नेहमी आपल्या अडीअडचणींची, समस्यांची चर्चा इतर लोकांबरोबर करायला आवडते. त्यात काही अयोग्य नसले, तरी बऱ्याच वेळा त्यामागचा हेतू समस्या सोडवणे हा नसून इतरांची सहानुभूती मिळवणे हा असतो.

एक स्त्री सतत नातेवाइकांना, मित्र-मैत्रिणींना फोन करून आपल्या समस्या सांगत बसायची. त्यावर तिला कोणी उपाय सांगितला, तरीही ती दुसऱ्या लोकांसमोर तेच पुन्हापुन्हा सांगत राहायची. कारण स्पष्ट होते; तिला उपाय नाही, तर लोकांची सहानुभूती हवी असे. पण तिला सहानुभूती 'का हवी असायची?' कारण त्यातून तिला महत्त्व प्राप्त होत असे. 'कोणीतरी मला महत्त्व देते', 'कुणासाठी तरी मी महत्त्वाची आहे', ही भावना तिला सुखावायची.

'असे का होते?', हा प्रश्न भावनिक गरज शोधण्यास मदत करतो.

आपल्या दैनंदिन जीवनातही याचा प्रत्यय येत असतो. उदाहरणार्थ, आपल्याला काही लोकांचा सहवास खूप आवडतो आणि तो मिळवण्यासाठी आपण बऱ्याच तडजोडी करतो. कारण ती आपली एक भावनिक गरज असते. पण ती भावनिक गरज पूर्ण होत नसल्यास, काही व्यक्तींचा सहवास जितका टाळता येईल तितका टाळला जातो. आपल्या मित्र-मैत्रिणींची निवड, एखाद्या छंदाची निवड, इतकेच नाही, तर आपल्या विचारांवर आणि बोलण्यावरही या गरजांचा प्रभाव असतो.

'का?', 'कशासाठी?' यांसारख्या प्रश्नांचे काही फायदे

१ हे प्रश्न आपल्याला विचार करण्यास प्रवृत्त करतात. त्यातूनच आपल्या समस्यांचे मूळ शोधता येते.

२ आपल्यासाठी नक्की काय महत्त्वाचे आहे हे यातून कळू शकते. यालाच आपण आपल्या Core Values म्हणतो.

३ आपल्या भावनिक गरजांची जाण येते.

४ भावनिक गरजा शोधल्यामुळे दुसऱ्याला दोष देणे कमी होते.

५ यातून आपोआपच आपला आत्मविश्वास वाढतो.

साधारण पाच महत्त्वाच्या भावनिक गरजा असतात, असे काही शोधनिबंधांतून आणि आजपर्यंतच्या माझ्या अनुभवांतून समोर आले आहे.

भावनिक गरजा आपल्या विचारांवर, भावनांवर आणि कृतींवरदेखील प्रभाव पाडतात. जेव्हा या गरजा पूर्ण होतात, तेव्हा आपल्याला जीवन परिपूर्ण वाटते. परंतु भावनिक गरजा असतात हे मान्य न करता त्याकडे दुर्लक्ष केले, तर मात्र त्याचा परिणाम मानसिक आरोग्यावर होतो. या गरजा आधी समजल्या पाहिजेत. तसेच त्या गरजांचे मूळ कशात आहे, हेही समजून घेतले पाहिजे. बऱ्याच वेळा, नक्की कोणत्या गरजांची पूर्तता होत नाही हे स्पष्ट नसल्यामुळे, आपण वेगळ्या प्रकारे प्रतिक्रिया व्यक्त करतो आणि ताणातून जात राहतो.

भावनिक गरजा या प्रकारे पूर्ण होतील.

१ **गरज आणि इच्छा यांतला फरक**

भावनिक गरज आणि इच्छा वेगळ्या असतात. भावनिक गरज ज्यामार्फत आपण पूर्ण करू पाहातो ती आपली इच्छा असते. उदाहरणार्थ, काही लोकांना वाटते की आपल्याकडे उत्तमोत्तम वस्तू असतील, तरच आपण लोकांना आवडू, लोकांच्या प्रेमाला पात्र होऊ. त्यामुळे ते सतत काही ना काही खरेदी करत राहतात. खरेदी करणे ही त्यांची इच्छा असते, पण त्यांची भावनिक गरज असते ती लोकांचे प्रेम मिळवणे. आणि ते काही या इच्छेने शक्य होतेच असे नाही.

२ **भावनिक गरज काय हे ओळखा आणि मान्य करा**

जेव्हा आपली मन:स्थिती बिघडेल, तेव्हा 'असे का', 'हे कशामुळे होते' असे प्रश्न स्वत:ला विचारा. त्यातूनच तुमची भावनिक गरज काय आहे, हे तुमच्या लक्षात येईल. आपली भावनिक गरज काय आहे हे समजले की ते मान्यही करा. ही स्वीकृती अत्यंत महत्त्वाची आहे. कारण जोपर्यंत आपण ती स्वीकारत नाही, तोपर्यंत आपण ती पूर्ण करण्यासाठी प्रयत्नही करत नाही.

३ **भावनिक गरजेचे अवलंबित्व**

आपली भावनिक गरज पूर्ण करायला आपण कशाचा आधार घेतो, याचा विचार करा. यासाठी तुम्ही इतर लोकांवर अवलंबून राहता का?

उदाहरणार्थ, बऱ्याच वेळा, आपल्या मित्रांनी आणि कुटुंबीयांनी आपल्याला सतत महत्त्व द्यावे असे वाटते. (आपली 'महत्त्व देण्याची' मानसिक गरज त्यांनी पूर्ण करावी, ही अपेक्षा असते.)

इतर लोकांनी आपली भावनिक गरज भागवावी, अशी तुमची अपेक्षा असते का? हे तपासा.

४ **अवलंबित्व कमी करणे**

आपली भावनिक गरज पूर्ण करण्यासाठी इतरांकडून अपेक्षा ठेवणे, तसेच पूर्ण नाही झाली, तर त्यासाठी इतरांना दोष देणे टाळा. त्याऐवजी इतरांवरचे अवलंबित्व कमी कसे होईल ते पाहा. स्वतः सक्षम बना. स्वतःवर विश्वास ठेवून तुम्ही हे करू शकता.

लक्षात ठेवा!

आपल्या भावनिक गरजा शोधणे, त्या स्वीकारणे आणि त्या पूर्ण करण्यासाठी स्वतः सक्षम बनणे, हा स्व-विकासाचा एक भाग आहे.

◆◆◆

११

व्यक्तीच्या भावनिक गरजा

भावनिक गरजा या व्यक्तिपरत्वे भिन्न असतात. तसेच त्यांची तीव्रता, निकडही निरनिराळी असते. मात्र सर्वसामान्यपणे दिसून येणाऱ्या काही भावनिक गरजा असतात. त्याच्याबद्दल आपण या प्रकरणात जाणून घेणार आहोत.

पहिली भावनिक गरज : प्रेम

लहान-थोर सर्वांनाच सर्वसामान्यपणे प्रेमाची आस असते. उदाहरणार्थ, आईच्या बिनशर्त, निर्व्याज प्रेमामुळेच तिचे बाळ निर्धास्त राहू शकते. अशा बिनशर्त प्रेमाने प्रेमाची भावनिक गरज पूर्ण होत असते. त्या लोकांशी प्रेमाचे नाते तयार होते. मात्र जेव्हा बिनशर्त प्रेम मिळत नाही, तेव्हा ते मिळवण्याचा प्रयत्न हरप्रकारे केला जातो. इतरांकडून प्रेम मिळावे म्हणून आपण नकळतपणे त्यांना आवडेल तसे वागू लागतो. त्यांना आवडेल तसेच निर्णय घेऊ लागतो. काही काळानंतर असे वागणे, हा आपल्यासाठी एक व्यवहार बनतो. आपल्याला असे ठामपणे वाटू लागते की प्रेम मिळवण्यासाठी मला हे केलेच पाहिजे. मात्र जेव्हा आपला वेळ, शक्ती आणि भावना गुंतवूनही प्रेम मिळत नाही, तेव्हा फार दुःख होते. 'मी प्रेमळ नाही, माझ्यामध्येच काहीतरी कमतरता आहे' असे काही जणांना वाटते, तर काहींना वाटते की 'मी प्रेमासाठी लायकच नाही.' निरपेक्ष प्रेम मिळणाऱ्या व्यक्तींचा हेवा वाटायला लागतो. याचे एक उदाहरण पाहू.

प्रेमाची आस असलेला एक मुलगा होता. घरी आपल्या वडिलांचे प्रेम मिळावे या आशेने स्वतःचे मन मारून वडिलांना रुचेल असेच वागायचा. पण त्याने काहीही केले, तरी त्याच्या वडिलांचे कधीच समाधान होत नसे. ते कधीच त्याच्याशी प्रेमाने वागत नसत.

घरी प्रेम मिळत नसल्याने मग तो आपल्या मित्रांकडून प्रेम मिळावे, म्हणून त्यांना हवे तसे वागू लागला. मात्र त्याचाही काहीच उपयोग झाला नाही.

हळूहळू त्या मुलाला जाणवले की, आपण लोकांना हरप्रकारे मदत करतो. आपण स्वतः एक चांगली व्यक्ती आहोत. त्याचा आपल्याला आनंद का वाटत नाही? या आपल्या चांगुलपणासाठी आपण स्वतःवर आधी प्रेम केले पाहिजे. ते न करता आपण लोकांकडून प्रेमाची अपेक्षा का करतो आहोत?

स्वतःबद्दलची ही जाणीव त्याच्यासाठी 'टर्निंग पॉईंट' ठरली. स्वतःला जसे आहे तसे त्याने स्वीकारले. तो त्याच्या यशस्वी होण्याचा एक क्षण होता. तेव्हापासून त्याने स्वतःवर प्रेम करण्यास सुरुवात केली. आता तो एक आनंदी व्यक्ती बनला. आणि आश्चर्याची गोष्ट अशी की, त्यानंतर त्याच्यावर प्रेम करणारे खूप लोक त्याला मिळाले.

थोडक्यात, बऱ्याच वेळा असे होते की, आपली प्रेमाची गरज भागवण्यासाठी आपण इतर लोकांवर विसंबून राहतो, त्यांच्याकडून प्रेमाची अपेक्षा करतो. यात काहीही चुकीचे नाही. मात्र त्याआधी स्वतःला प्रश्न विचारा की, नेहमी कोणीतरी आपल्यावर प्रेम करावे अशीच अपेक्षा आपण का करतो? जोपर्यंत तुम्ही स्वतःवर प्रेम करत नाही, तोपर्यंत कोणीही तुमच्यावर प्रेम करणार नाही.

- प्रेमाच्या गरजेमागचे मूळ कारण समजून घ्या. आपण फक्त विशिष्ट लोकांकडूनच प्रेमाची अपेक्षा करतो का हे तपासा! ते लोक तुमच्यासाठी इतके महत्त्वाचे का आहेत, याचा शोध घ्या!
- स्वतःवर बिनशर्त प्रेम करा. स्वतःवर प्रेम करणे याचा अर्थ स्वतःचे लाड करणे असे नव्हे. स्वतःला आहे तसे आनंदाने स्वीकारणे म्हणजे स्वतःवर प्रेम करणे आहे. स्वतःच्या गुण-दोषांसहित स्वतःचा स्वीकार हेच प्रेमाचे शुद्ध रूप आहे.
- विशिष्ट व्यक्तींकडूनच प्रेम मिळावे ही अपेक्षा न धरता, आपल्यावर बिनशर्त प्रेम करणाऱ्या लोकांचा डोळसपणे शोध घ्या. अशा लोकांचा सहवास वाढवा. तोच तुम्हाला आनंददायी ठरेल.

लक्षात ठेवा!

स्वतःला गुण-दोषांसह स्वीकारणे आणि त्याचा आनंद साजरा करणे. आपण स्वतःवर प्रेम करणे, हाच प्रेमाची भावनिक गरज पूर्ण करण्याचा उत्तम मार्ग आहे.

दुसरी भावनिक गरज : महत्त्व

दुसरी भावनिक गरज असते; ती स्वतःला, स्वतःच्या मताला, किंबहुना स्वतःच्या प्रत्येक गोष्टीला मिळणाऱ्या महत्त्वाची. 'माझे मत महत्त्वाचे नाही का?', 'मला काही किंमत आहे की नाही?' यांसारखी वाक्ये बऱ्याच वेळा आपण बोलतो. समोरच्या व्यक्तीने आपल्याला महत्त्व दिले की आपण सुखावतो. ही अगदी स्वाभाविक गोष्ट आहे. अगदी लहान मुलालासुद्धा त्याला महत्त्व दिलेले समजते आणि आवडतेही. मात्र आपली ही गरज योग्य प्रकारे हाताळली गेली पाहिजे. एक उदाहरण पाहू.

एक गृहिणी कुटुंबात स्वतःला अधिक महत्त्व मिळावे म्हणून सतत कुटुंबातल्या इतर सदस्यांचे दोष काढायची. स्वतःचे महत्त्व

वाढवण्यासाठी हे करायलाच हवे असा तिचा ठाम समज झाला होता. यामुळे कुटुंबातल्या तक्रारी मात्र वाढल्या. कौटुंबिक वातावरण गढूळ झाले. इतकेच नाही, तर याचा परिणाम तिच्या मुलांवरही झाला. तिचा मुलगादेखील प्रत्येक गोष्टीत दुसऱ्याचे दोष कसे शोधायचे हे शिकला. स्वत:चे महत्त्व वाढेल अशा गोष्टी तो करू लागला. त्याला महत्त्व न देणाऱ्या लोकांनाच तो टाळू लागला. इतर मुलांबद्दल त्याला ईर्षा वाटू लागली. परिणामी, त्याचा आनंद, समाधान हरवले. त्याची मानसिक स्थिती बिघडली.

'असे का घडते?', 'लोक असे का वागतात?' याचे मुख्य कारण म्हणजे लोक! त्यांची भावनिक गरज पूर्ण करण्याच्या नादात असे भरकटतात.

अशा वेळी काही प्रश्न विचारणे उपयोगी पडतात :

- प्रत्येक गोष्टीत मी इतरांचे दोष का शोधतो?
- त्यातून मला काय साध्य करायचे आहे?
- माझ्याकडे जे आहे त्यात मला आनंद का नाही?
- मी माझा मुद्दा सिद्ध करण्यासाठी इतका का धडपडत आहे?

या सर्व प्रश्नांचे उत्तर एकच; माझे महत्त्व वाढावे म्हणून! ठरावीक लोकांकडून महत्त्व मिळवण्यासाठी काही वेळा लोक विविध मार्गांचा अवलंब करतात. हे त्यांपैकीच एक. आपल्याला महत्त्व दिले गेले की आपल्याला चांगले वाटते. पण हे नाही झाले तर काय होते? ते पाहू!

- ज्यांच्याकडून महत्त्व मिळावे अशी अपेक्षा असते, त्यांना खूश करण्याचा आपण सतत प्रयत्न करत राहतो.
- महत्त्व येईपर्यंत आपण आपला मुद्दा पुढे दामटवत राहतो.
- आपण स्वत:च्या विचारांवर शंका घ्यायला लागतो.

थोडक्यात, आपण सतत इतर लोकांवर अवलंबून राहून आपली ऊर्जा वाया घालवितो. त्यामुळे आपल्या भावनिक गरजेसाठी दुसऱ्यावर अवलंबून न राहता, आपणच स्वतःला महत्त्व द्यायला शिका.

काही मुद्दे आपल्याला मदत करतील :

- कोणीतरी आपल्याला महत्त्व द्यावे ही अपेक्षा ठेवण्याऐवजी स्वतःला विचारा, की मी महत्त्व का शोधत आहे? केवळ विशिष्ट लोकांकडूनच का? मी स्वतःला महत्त्व का देत नाही?
- महत्त्व मिळवण्याच्या अट्टाहासापायी आपण वर्तमानातला आनंद घ्यायचे विसरून जातो. ऊर्जा वाया घालवण्याऐवजी, वर्तमानातील क्षणांचा आनंद घ्या.

तिसरी भावनिक गरज : कौतुक

प्रेमाची आस आणि स्वतःचे महत्त्व यांसारखीच आणखी एक भावनिक गरज म्हणजे कौतुक. खरे तर प्रत्येकाला अगदी लहानपणापासूनच कोडकौतुकाची सवय असते. बाळाचे हसणे, रडणे, चालणे, बोलणे अशा सगळ्या कृतींचे कुटुंबात कौतुक होत असते. आणखी प्रगती होण्यासाठी या कौतुकामुळे प्रोत्साहनच मिळते. मोठे होत जाऊ, तसे कुटुंबाबरोबरच मित्र-मैत्रिणी, सहकारी, वरिष्ठ यांच्याकडूनही आपण कौतुकाची अपेक्षा करू लागतो. मात्र दरवेळी आपले कौतुक होईलच असे नाही.

परिणामी, तेथे एक साधे समीकरण तयार होते. जर माझे 'कौतुक' झाले, तर मला स्वतःबद्दल चांगले वाटते; पण जेव्हा आपले कौतुक होत नाही, तेव्हा काय होते? तिथेच संघर्ष सुरू होतो. कधी कधी स्वतःवरचा विश्वासही उडतो, आत्मविश्वास कमी होतो.

आपले कौतुकच आपल्याला अधिक परिश्रम घ्यायची प्रेरणा देत असते हे खरे असले, तरी त्यावर अवलंबून राहणे बरोबर नाही. यात

आणखीही एक गोष्ट असते, ती म्हणजे, एखाद्या विशिष्ट व्यक्तीकडूनच प्रशंसा व्हावी अशी आपली अपेक्षा असते.
आपण नकळतपणे काही लोकांना अधिक अधिकार देतो आणि त्यांच्या कौतुकाची वाट पाहत राहतो. परिणामी आत्मविश्वासाचा अभाव निर्माण होतो. आपण स्वत:चे आणि इतरांचेही कौतुक करू शकत नाही. यातूनच ईर्षा, राग आणि तुलना करणे यांचा जन्म होतो.

यावर उपाय काय?

- आपल्याला सतत कौतुकाची अपेक्षा असते का? असेल, तर ते मान्य करा. त्यात काहीही चूक नाही.
- कौतुक झाले नाही, तर आपल्या वागणुकीवर त्याचा परिणाम होतो का, हे तपासा. स्वत:ला कमी लेखू नका.
- ठराविक व्यक्तीकडूनच आपल्याला कौतुकाची अपेक्षा का असते, याचा शोध घ्या.
- स्वत:ला विचारा, 'मी स्वत:चे पुरेसे कौतुक करतो/करते का?' आपण स्वत:चे पुरेसे कौतुक न केल्यास, आपण इतरांकडून कौतुकांची अपेक्षा करत राहू आणि आपण इतरांचे कौतुक करणार नाही.

लक्षात ठेवा!

कौतुकाची अपेक्षा ठेवण्यात काहीच चूक नाही; पण सतत अशी अपेक्षा करणे वाईट आहे. अपेक्षित कौतुक न झाल्याने त्याचा आपल्यावर काय परिणाम होतो हे जाणून घेणे, हेच खरे समस्येचे समाधान आहे.

चौथी भावनिक गरज : प्रगती

आपल्याला असलेली प्रेमाची, कौतुकाची गरज, स्वत:ला महत्त्व मिळावे या भावना लक्षात येऊ शकतात. त्या तुलनेत प्रगती ही गरज पटकन समजून येत नाही. इतर गरजांप्रमाणे ती स्पष्ट नसते. उदाहरणार्थ, काही लोकांचा सहवास आपल्याला खूप

प्रेरणादायी वाटतो. अशा लोकांना भेटल्याने, त्यांच्याशी बोलल्याने नवी ऊर्जा, उत्साह मिळाल्यासारखे वाटते. एखाद्या पुस्तकाच्या वाचनाने, एखाद्या जागेला दिलेल्या भेटीने आपल्याला नवा दृष्टिकोन मिळतो. असा हुरूप वाढवणाऱ्या गोष्टी आपल्या प्रगतीला पूरक असतात. ही प्रगती कधी भावनिक असते, कधी वैचारिक, तर कधी आर्थिक, शारीरिक. मात्र कधीतरी असा काळ येतो की, आपल्याला अशी ऊर्जा मिळत नाही. आपली प्रगती जणू थांबली आहे असे वाटते.

आर्थिक आणि शारीरिक प्रगती या सहज तपासता येतात; पण भावनिक आणि वैचारिक प्रगती या कशा तपासाव्या? त्यासाठी काही उपयुक्त प्रश्न पाहू :

- आपण आनंदी, समाधानी आहात का?
- आपले काम असो आणि आजूबाजूची माणसे, त्यांचा सहवास किंवा कामाचे स्वरूप मला अधिक आनंदी बनवते की मला उदास करते?
- आपले बाह्य वातावरण हे आपल्या अंतर्मनाची स्थिती ठरवण्यास काही प्रमाणात कारणीभूत असते.
- आपल्या मनात नवीन विचार, नवीन कल्पना येतात का?
- काहीतरी नवीन शिकण्याची ऊर्मी असते का?
- इतरांना प्रेरणा देण्याची इच्छा होते का? आपण दुसऱ्याला प्रेरणा देतो, तेव्हा आपली नकळत प्रगती होत असते आणि आपल्याला आपल्यामध्ये काय चांगले आहे याची प्रचितीदेखील येते.
- दुसऱ्याच्या आनंदात आनंद मानता येतो का? ज्यांना दुसऱ्याचा आनंद सहन होत नाही, त्यांची प्रगती थांबली असे म्हणायला हरकत नाही. प्रगतीची भावनिक गरज पूर्ण झालेली व्यक्ती दुसऱ्यांच्या आनंदाचा हेवा करत नाही आणि ती दुसऱ्याला दोष देत नाही. हे त्याच वेळी होते, जेव्हा आपण आपली प्रगती अनुभवतो. आपल्याला आपल्या उद्देशाची, समाधानाची, आनंदाची स्पष्टता येते.

या प्रश्नांची उत्तरे जर 'होय' अशी असतील तर आपली भावनिक, वैचारिक प्रगती चांगली आहे, असे समजायला हरकत नाही. एखाद्या प्रश्नाचे उत्तर 'नाही' असे आले, तरी निराश होऊ नका. आपल्या प्रगतीची जबाबदारी शेवटी आपली आहे. स्वतःवर विश्वास ठेवा. आपल्या प्रगतीची व्याख्या ठरवा आणि आजपर्यंत केलेल्या सत्कर्मांची आठवण ठेवून आपल्या उद्दिष्टाकडे वाटचाल सुरू ठेवा.

लक्षात ठेवा!

जिथे आहोत तिथून पुढे जाणे म्हणजेच प्रगती आहे. मग ती अगदी सूक्ष्म असली, तरी चालेल. मागे वळून पाहताना स्वतःचा अभिमान वाटतो, त्याला 'प्रगती' म्हणतात, हे लक्षात असू द्या!

◆◆◆

१२

भावनिक गुलामगिरी

एका छोट्या गावात एक कुंभार राहत होता. त्याच्याकडे गाढव होते. रोज तो आपल्या गाढवाला बरोबर घेऊन माती आणायला जात असे. दुपारी थोडी विश्रांती मिळावी म्हणून एखाद्या झाडाखाली गाढवाला दोरीने बांधून कुंभार वामकुक्षी घेत असे. एक दिवस कुंभार दोर घेण्यास विसरला होता. जेव्हा तो झाडाजवळ पोहोचला, तेव्हा त्याच्या हे लक्षात आले. मग गाढवाला कसे बांधावे हा प्रश्न त्याला पडला. गाढव बांधले नाही आणि आपल्याला झोप लागल्यावर गाढव पळून गेले तर, असा विचार त्याच्या मनात आला. तेथून एक सज्जन मनुष्य जात होता. त्याला कुंभार चिंतेत असल्याचे दिसले. म्हणून त्याने कुंभाराला त्याची अडचण विचारली. कुंभाराने अडचण सांगितल्यावर तो सज्जन मनुष्य म्हणाला, ''गाढवाला रोज तू जिथं बांधतोस त्या ठिकाणी घेऊन जा. काल्पनिक दोरी वापरून त्याला बांधण्याचं ढोंग कर. मी तुला खात्रीने सांगतो की, असं केल्यानं ते गाढव पळून जाणार नाही.'' त्या सज्जन गृहस्थांनी जसे सांगितले तसे कुंभाराने केले आणि स्वतः डुलकी घेण्यासाठी गेला. जाग आल्यावर गाढवाला तिथेच पाहून कुंभाराला आश्चर्य वाटले. दोर नसूनसुद्धा गाढव झाडाला बांधल्याप्रमाणे तिथेच कसे थांबले? थोड्या वेळाने ते सज्जन गृहस्थ कुंभाराला परत भेटले. कुंभाराने त्यांना विचारले, ''असं कसं झालं?'' त्यांनी उत्तर दिले, ''या गाढवाला गुलामगिरीची सवय झाली आहे. त्याने त्याच्याभोवती दोर असणार हे गृहीतच धरलंय.''

तात्पर्य असे की, आपण सर्व जण अशाच प्रकारच्या गुलामगिरीत राहत असतो. भावनिक गुलामगिरी! आपल्याला या गुलामगिरीची जणू सवयच झालेली असते. आपण असे गृहीत धरतो की, ज्याची सवय झाली आहे, तेच योग्य आहे, भले मग त्याचा कितीही त्रास होऊ दे. आपण आपल्याच विचारांचे गुलाम बनतो. शिवाय, आपण अनेकदा ही गुलामगिरी विनाकारणच स्वीकारत असतो. साचेबद्ध विचारांच्या चौकटीत राहणे, हे सर्व आपल्या मनाचे खेळ आहेत आणि यातून मोकळे होणे आवश्यक आहे, हा विचारच मनात येत नाही.

भावनिक गुलामगिरीची काही लक्षणे दिली आहेत. त्यातील जर कोणती तुम्हाला लागू होत आहेत असे वाटले, तर वेळीच सावध व्हा!

भावनिक गुलामगिरीची लक्षणे

- तुमचे विचार योग्य आहेत की नाही हे नेहमी तुम्ही इतरांकडून तपासून पाहता.
- स्वत:चे मत कधीच विचारात घेत नाही.
- विशिष्ट लोकांना खूश करण्याचा प्रयत्न करता. (खूशमस्करी करता.)
- काही विशिष्ट लोकांच्या विचारांचे अंधानुकरण करता.

भावनिक गुलामगिरीतून बाहेर पडण्यासाठी काय करावे?

१ इतरांचे विचार आणि सिद्धान्त जसेच्या तसे स्वीकारण्यापूर्वी स्वत:च्या तर्कशक्तीचा वापर करून त्याचे मूल्यमापन करा. तुमचे मत विशिष्ट व्यक्तीकडून स्वीकारले जाईल की नाही, यापेक्षा स्वत:चे मत स्वत: स्वीकारणे अधिक महत्त्वाचे आहे.

२ इतरांच्या मताने काही करण्यापेक्षा तुमचे मत काय आहे याचा विचार करा. स्वत:चा विचार विकसित करायचा असेल आणि मुक्त व्हायचे असेल, तर आपण किंवा आपले मत चुकीचे आहे असे गृहीत धरण्यापूर्वी स्वत:ला संधी द्या. 'मी माझ्या स्वत:च्या विचारांसाठी आणि त्याच्या परिणामांसाठी जबाबदार आहे' हा विश्वास ठेवा. इतरांच्या विचारांपेक्षा भिन्न असले, तरी स्वत:च्या विचारांवर आणि स्वत:वर विश्वास ठेवा.

३ बऱ्याच वेळा भूतकाळातील अनुभव आणि भविष्यातील शक्यता यांमुळे अपयशाची भीतीच अधिक वाटत राहते. सद्य परिस्थितीत घेत असलेल्या निर्णयांवरही त्याचा पगडा अधिक असतो. त्यामुळे प्रथम अशा मानसिकतेतून बाहेर या! प्रत्येक परिस्थिती वेगळी असते. भूतकाळातील नियम आणि विचार सद्य:स्थितीमध्ये योग्य असतीलच असे नाही.

सद्य:स्थितीत जे योग्य वाटेल तशीच कृती करा. परिस्थितीप्रमाणे विचारांत होणारा हा बदल अनिवार्य असतो.

लक्षात ठेवा!

तुम्ही स्वत:वर आणि स्वत:च्या विचारांवर विश्वास ठेवाल, त्याबद्दल शंका घेणे बंद कराल, तेव्हाच भावनिक गुलामगिरीतून मुक्त होऊ शकाल!

◆◆◆

- **स्व-शोधातून स्व-जागरूकता**
- **स्व-जागरूकतेचा पाया : दृष्टिकोन**
- **स्व-जागरूकतेतील अडथळा : पूर्वग्रह**

  पूर्वग्रह आणि पालकत्व

  पूर्वग्रह आणि निर्णयक्षमता

  पूर्वग्रह आणि नाती
- **स्व-जागरूकतेतील अडथळा : भीती**

  भीतीची उगमस्थाने

  भीतीचे प्रकार : एकटेपणा

  एकटेपणाच्या भीतीचा सामना

  भीतीचे प्रकार : अपयशाची भीती

  अपयशाची भीती : समज गैरसमज, चिन्हे, उगम, उपाय
- **स्वजागरूकतेतील अडथळा : अपेक्षापूर्तींचा संघर्ष**

  अपेक्षापूर्तींच्या संघर्षाची कारणे

  तुलना आणि अपेक्षापूर्तींचा संघर्ष

  अपेक्षापूर्तींचे परिणाम

  तुलनेपासून मुक्तता

  अंधविश्वास आणि अपेक्षा

  अंधविश्वास दूर करण्याचे उपाय

  अपेक्षाभंगावरील उपाय

१३

स्व-शोधातून स्व-जागरूकता

यश आणि रोहित हे दोन जिवलग मित्र गिरिप्रेमी होते. सर्वात उंच गिरिशिखर सर करणे हे त्यांचे ध्येय होते. त्यासाठीची प्राथमिक तयारी करून त्यांनी औपचारिक प्रशिक्षण घेतले होते. शेवटी तो दिवस आला. जे गिरिशिखर त्यांना इतके दिवस खुणावत होते, त्याच्या दिशेने त्यांचा प्रवास सुरू झाला. पहिले काही तास सर्व काही सुरळीत चालले होते. परंतु नंतर एक आव्हान समोर आले. त्यांनी आखलेल्या मार्गावर अचानक भू-स्खलन होऊन तो मार्ग बंद झाला होता. पुढे काय करावे याबद्दल दोघेही संभ्रमात पडले. आपण ठरवलेल्या ध्येयप्राप्तीच्या नियोजित मार्गामध्ये अचानक अडथळा निर्माण झाल्याने यश अस्वस्थ झाला. त्यासाठी कधी नशीब, कधी प्रशिक्षक, तर कधी आणखी कुठल्या कुठल्या गोष्टींना दोष देऊ लागला. ठरवलेले ध्येय साध्य होणार नाही अशी शक्यता वाटल्याने त्याला अपयशाची भीती वाटू लागली. हे सगळे टाळण्यासाठी मग त्याने एक सोपा उपाय शोधला. आपले ध्येयच बदलले. जवळच्या दुसऱ्या एका शिखरावर सोप्या मार्गाने जाण्याचा विचार तो करू लागला. आपली कल्पना त्याने रोहितला सांगितली.

रोहित मात्र ध्येय बदलण्याविषयी साशंक होता. ध्येय बदलण्यापेक्षा आपण ध्येयाकडे जाणारा मार्ग का नाही शोधू शकत, असा विचार त्याने केला. आव्हानांचा सामना करतच आपण ध्येय साध्य केले पाहिजे, असे त्याला वाटत होते.

या प्रातिनिधिक प्रसंगाकडे पाहताना आपल्या लक्षात येईल की, दोन्ही मित्रांचे ध्येय, त्यासाठीचे प्रशिक्षण, संसाधने, कौशल्य आणि परिस्थिती सारखीच होती. पण आव्हानात्मक परिस्थिती उद्‌भवल्यावर मनात आलेले विचार पूर्णपणे भिन्न होते. ध्येयाकडे पाहण्याचा दृष्टिकोन वेगळा होता. एक जण ध्येयच बदलायचा विचार करू लागला, तर दुसरा ध्येय न बदलता ते साध्य करण्याचे मार्ग बदलून पाहू लागला.

आपणही अशा प्रकारच्या प्रसंगांतून जात असतो. आपल्या मनात काही ध्येये असतात आणि ती पूर्ण करण्यासाठी आपण ठराविक असे काही मार्ग निश्चित करतो. जेव्हा सगळ्या गोष्टी आपल्या नियोजित मार्गाने होत असतात, तेव्हा आपण जणू सर्वात भाग्यवान आणि आनंदी व्यक्ती असतो. परंतु जेव्हा काही अडचणी निर्माण होतात आणि आपला मार्ग खडतर होतो, तेव्हा काय होते? आपण नक्की काय करावे, कोणता मार्ग निवडावा, असे प्रश्न पडतात. हाच क्षण 'स्व'-शोधाचा असतो.

उल्लेख केलेल्या गोष्टीप्रमाणे काही जण इतर गोष्टींना त्यासाठी जबाबदार धरतात, तर कधी अपयशाची भीती बाळगून ध्येयामध्येच बदल करतात. काही जण मात्र अशा आव्हानात्मक परिस्थितीतही आपल्या विचारांबद्दल जागरूक असतात. आत्मविश्वासाने पुढे जातात. कोणत्याही भयाने डगमगत नाहीत. जागरूकपणे, सजगपणे विचार केल्याने ध्येय गाठण्यासाठी ते वेगळे मार्ग शोधून वाटचाल करतात. ज्या क्षणी आपण आपल्या विचारांबद्दल, आपल्या भावनांबद्दल जागरूक होतो, सजगपणे विचार करू लागतो, त्या क्षणी आपल्या मुक्त जीवनाचा प्रवास सुरू होतो.

आयुष्याच्या शिखरावर पोहोचण्याचा हा प्रवास, खरे तर, आपल्या मनाचा प्रवास आहे. स्वतःच्या सगळ्या गोष्टींबद्दल जागरूक असणे, ही मुक्त जीवनाची पहिली पायरी आहे. स्वतःच्या शोधातूनच स्व-जागरूकता येते.

लक्षात ठेवा!

आयुष्यात अडथळे, आव्हाने आली की, 'स्व'चा शोध घेण्याची वेळ आली असे समजा.

◆◆◆

१४

स्व-जागरूकतेचा पाया : दृष्टिकोन

शरद एकदा रेल्वेमधून प्रवास करीत होता. त्याच्यासमोर एक मनुष्य आपल्या पाच वर्षांच्या मुलासोबत बसला होता. त्याचा मुलगा खूप रडत असल्याने तो अस्वस्थ असल्याचे शरदला जाणवले. थोड्या वेळाने तर तो जास्तच रडायला लागला. शरदला कसेतरी वाटले. त्याच्या मनात आले, 'मुलगा इतका रडतोय, तर त्याचे वडील त्याच्याशी काहीच का बोलत नाहीत? जबाबदारी म्हणून काही आहे की नाही या व्यक्तीला? किती विचित्र वडील आहेत.' शरदला रागच आला. शेवटी न राहून शरदने त्यांना विचारलेच, 'अहो, तुमचा मुलगा इतका ओरडून रडतोय आणि तुम्ही काहीच का बोलत नाही?' त्यावर त्या व्यक्तीने शांतपणे उत्तर दिले, ''त्याची आई देवाघरी गेली हे त्याला समजलंय, त्यामुळेच तो रडतोय. त्यात माझी आर्थिक परिस्थिती हलाखीची असल्यामुळे मी त्याच्या गरजा पूर्ण करू शकत नाही.'' या उत्तराने शरदच्या मनातला राग जाऊन त्याला अचानक त्या दोघांबद्दल कणव वाटू लागली. खूप वाईटही वाटले. खरेच, आता काय करतील हे दोघे, अशी काळजी त्याला वाटू लागली. शरदचे उतरण्याचे ठिकाण आले. त्या बाप-लेकांची अवस्था पाहून त्यांना काहीतरी मदत करावी म्हणून शरदने त्या मुलाला थोडे पैसे दिले आणि जड मनाने तो उतरला. स्टेशनवर त्याचा मित्र आला होता. शरदला भेटताच त्याने वर्तमानपत्रातली एक बातमी दाखवली.

'एक भामटा स्वतःच्या मुलासोबत फरार आहे. मुलाची आई देवाघरी गेली, असे काहीही खोटेनाटे सांगून लोकांकडून पैसे उकळत आहे.' ही बातमी आणि त्याचा फोटो पाहताच शरदला हसावे की रडावे कळेना. त्या बाप-लेकांबद्दल आधी वाटलेला राग, नंतरची कणव, सहानुभूती, काळजी यांची जागा आता उपहासाने घेतली. त्याला आश्चर्य वाटले. 'गेल्या एक-दोन तासांत आपण किती भावनिक चढउतार अनुभवले? जे दिसते त्यावर तर्क लावला. जे ऐकले त्यावर निर्णय घेत गेलो.'

आपल्या जागरूकतेसाठी आपला दृष्टिकोन खूप महत्त्वाचा आहे. शरदसारखेच आपणही, जेवढे दिसते आणि ऐकू येते त्यावर तर्क लावतो. प्रत्येक वेळी शहानिशा करतोच असे नाही. पण आजूबाजूला घडणाऱ्या प्रत्येक गोष्टीचा आपल्यावर परिणाम मात्र नक्कीच होत असतो. याचाच अर्थ, जे आपल्या आजूबाजूला घडते, त्याला आपण 'जागरूकता' म्हणतो आणि त्यामुळे आपल्यावर होणाऱ्या परिणामांना 'स्व-जागरूकता' म्हणतो. आपण एखाद्या गोष्टीकडे कसे पाहतो, यावर स्व-जागरूकता अवलंबून असते. त्यामुळे आपला दृष्टिकोन महत्त्वाचा ठरतो.

दृष्टिकोनाचा आपल्यावर होणारा परिणाम

१ आपल्या दृष्टिकोनाप्रमाणे आपण घडणाऱ्या गोष्टींचे अर्थ लावतो. आपली मानसिक स्थितीही त्यानुसार बदलते. उदाहरणार्थ, एखादा प्रसंग पाहून आपल्याला करुणा, सहानुभूती वाटते, तर दुसरी व्यक्ती त्याच प्रसंगाकडे उपहासाने पाहते. यालाच दृष्टिकोनामुळे बदलणारी 'मानसिक स्थिती' म्हणतात.

२ तुम्ही स्वतःकडे जसे पाहता, तसेच जगही तुम्हाला पाहते. आपण स्वतःकडे 'बिचारा' किंवा 'बिचारी' असे पाहिले, तर जगही तुमच्याकडे त्याच नजरेने पाहील. थोडक्यात, जगाने आपल्याकडे कसे पाहायचे हे नकळत आपणच जगाला शिकवत असतो.

३ आपला दृष्टिकोन आपली निर्णयक्षमता ठरवतो. कोणताही निर्णय असो, तो निर्णय आणि त्याचे परिणाम हे आपल्या दृष्टिकोनावरच ठरतात. त्यामुळे, यश आणि अपयशसुद्धा दृष्टिकोनावर ठरते.

४ आपली मानसिक स्थिती आनंदी ठेवण्यात दृष्टिकोनाचा वाटा अतिशय महत्त्वाचा आहे. काही लोक केवळ काय चुकले आहे हे शोधून सतत तक्रार करत राहतात, तर काही काय बरोबर झाले आहे ते पाहून त्याचा आनंद घेतात. सुधारणा करून वाटचाल करत असतात.

जग आपल्याला काय दाखवते आणि आपण काय पाहतो यांतील फरक म्हणजेच दृष्टिकोन. दृष्टिकोनच आपल्या स्व-जागरूकतेचा मार्ग ठरवतो. जागरूकतेने पाहिले, तर सर्वच गोष्टी स्पष्ट होतात. आपला दृष्टिकोन आपल्याला नक्कीच मदत करतो. जेव्हा ही जागरूकता असते, तेव्हा आपण खऱ्या अर्थाने आयुष्य जगत असतो. जेव्हा जागरूकतेचा अभाव असतो, तेव्हा आयुष्य आपल्याला एका भ्रमात ठेवते आणि आपण जीवनाचा आनंद पूर्णपणे घेऊ शकत नाही.

स्व-जागरूकता म्हणजेच कोणत्याही प्रसंगाचा आपल्या भावविश्वावर होणारा परिणाम 'जसा आहे तसा' पाहणे आणि अनुभवणे; कोणाताही 'अर्थ आणि निष्कर्ष' न लावता. हे वाचताना, ऐकताना खूप सोपे वाटते, पण ते करणे तितकेच अवघड आहे. स्व-जागरूकतेचा मार्ग खूप आनंददायी आहे. तो आनंद घेण्यासाठी, आधी त्यातील अडथळे समजून घेणे आणि त्यावर मात करणे आवश्यक आहे. हे अडथळे आपल्याला खूप काही शिकवत असतात. पण दुर्दैवाने आपण त्याकडेसुद्धा जागरूकतेने पाहत नाही. या अडथळ्यांचा परिणाम आपल्या वैयक्तिक, तसेच व्यावसायिक नातेसंबंधांवर, पालकत्वावर आणि आपल्या निर्णयक्षमतेवर, म्हणजे एकूणच आयुष्यावर होतो.

आगामी लेखात आपण स्व-जागरूकतेच्या मार्गातील प्रत्येक अडथळा, त्याचे परिणाम आणि त्यावरचा उपाय याची माहिती घेणार आहोत.

◆◆◆

१५

स्व-जागरूकतेतील अडथळा १ : पूर्वग्रह

निशा एकदम बिनधास्त, स्पष्टवक्ती मुलगी. बोलका आणि मनमिळाऊ स्वभाव. निशाची आई मात्र अंतर्मुख स्वभावाची असल्यामुळे तिला निशाचे वागणे आवडायचे नाही. खूप आक्रमक मुलगी म्हणून ती तिला सतत ओरडायची, 'तुझा स्वभाव आक्रमक आहे, तुझ्या बोलण्यामुळे माणसं दुखावतात.' सतत तेच-तेच ऐकून निशाला 'आपण चुकीचं वागतोय का?' असे वाटू लागले. 'स्पष्टता म्हणजे आक्रमकता' आणि त्यामुळे माणसे तुटतात हेच निशाच्या मनात बसले. महाविद्यालयीन काळात निशाच्या मनात 'माझ्या स्वभावामुळे माणसे तुटतात' हेच होते. त्यामुळे तिला माणसे जोडण्याची भीती वाटू लागली. तिने स्वतःला सर्व गोष्टींपासून दूर केले. इतर मैत्रिणींबरोबर दीर्घकाळच्या सहवासानंतर निशाला जाणवले की, आपल्यासारखे अनेक जण 'स्पष्टवक्ते' असतात; पण त्यांना सर्वच लोक 'चुकीचे' मानत नाहीत. आपला स्पष्टवक्तेपणा काही लोकांना आवडतोदेखील. 'स्पष्टवक्ता असणे म्हणजे आपण चुकीचे आहोत', हा पूर्वग्रह मोडून काढायला हवा.

आपणही लहानपणापासून अशीच काही 'स्व-मतं' (ज्याला आपण beliefs म्हणतो.) काही घटनांमुळे, घरातील व्यक्तींच्या मतांमुळे किंवा सतत एकाच स्वभावाला 'दुर्गुण' म्हणून मनावर बिंबवले गेल्यामुळे बनवलेली असतात. पण त्याचा परिणाम मात्र आपल्या संपूर्ण आयुष्यावर पडतो. आपण जे स्वमत बनवतो, त्यालाच 'पूर्वग्रह' असे

म्हणतात. हा आपल्या स्व-जागरूकतेतील पहिला अडथळा. काही पूर्वग्रह आपल्याला जागरूक होण्यास मदत करतात; पण काही पूर्वग्रह प्रतिकूल परिणामही करतात.

हे पूर्वग्रह आपल्या स्व-जागरूकतेवर कसा परिणाम करतात ते पाहू :

१ पूर्वग्रह हे आपल्याबद्दलचे मत निर्माण करतात. आपण त्याच मतावर विश्वास ठेवू लागतो. पण त्याची दुसरी बाजूही असू शकते, याचा विचार करत नाही.

२ आपल्या पूर्वग्रहामुळे आपण दुसऱ्यांनाही त्याच नजरेने बघतो. उदाहरणार्थ, 'स्पष्टपणा हा दुर्गुण आहे' असा निशाच्या आईचा पूर्वग्रह होता. त्यामुळे ती निशाकडे त्याच नजरेने पाहत होती.

३ आपल्याला पूर्ण संदर्भ नसल्यामुळे, जे दिसते त्यावरच आपण निष्कर्ष काढतो.

४ पूर्वग्रहामुळे आपला दृष्टिकोन कायम अस्पष्ट राहतो. आपण योग्यायोग्यतेची जाण विसरतो.

पूर्वग्रह हा स्व-जागरूकतेमधील एक महत्त्वाचा अडथळा आहे. याचा परिणाम आपल्या आयुष्यावर कसा होतो, त्याची माहिती आणि निराकरण आपण पुढील लेखात पाहू.

लक्षात ठेवा!

पूर्वग्रह तुमचा दृष्टिकोन ठरवतो आणि दृष्टिकोन तुमचे आयुष्य!

पूर्वग्रह आणि पालकत्व

पूर्वग्रहांचा परिणाम आधी पालकत्वावर होतो. पालक ज्या दृष्टिकोनातून इतरांकडे अथवा एखाद्या घटनेकडे पाहत असतील तर त्याच नजरेतून मुलेही पाहू लागतात.

त्यामुळे पालकांनीच पुढची पिढी घडविण्याची जबाबदारी लक्षात घेऊन पूर्वग्रहविरहित आयुष्य जगण्याची सवय स्वत:ला लावली पाहिजे.

मानसी एका खासगी संस्थेमध्ये चांगल्या पदावर काम करत होती. नवरा आणि मुलगी अवनी असे तिचे कुटुंब होते. अवनीच्या नजरेत आई-वडील आराध्यस्थानी होते. अवनीचा दहावा वाढदिवस आला. नेहमीप्रमाणे आपल्याला भेटवस्तू मिळणार म्हणून अवनी उत्सुक होती. मानसीने स्वत: लिहिलेली एक डायरी तिला भेट दिली. पहिल्या पानावर लिहिले होते 'जे मला जमले नाही, ते तू कर.' त्याखाली एक यादी होती. मानसीला नृत्य, पर्यटन, नाट्य हे खूप आवडायचे; पण तिला ते करायला कधी जमले नाही. जे आपल्याला जमले नाही, ते अवनीने करावे असे तिला वाटत होते. डायरीतल्या पुढच्या पानांवर 'तुझी कधीही चूक नसते', 'जे उच्चशिक्षित असतात तेच चांगले असतात', 'कायम दुसऱ्यापेक्षा एक पाऊल पुढे टाकायचे, आयुष्यात जिंकणे सर्वांत महत्त्वाचे आहे', 'यश हाच प्रेम मिळविण्याचा उत्तम मार्ग आहे' हे आणि अशा प्रकारचे संदेश लिहिलेले होते.

आपल्याला आयुष्याची आणि यशाची गुरुकिल्लीच डायरीमधून मिळाली असे अवनीला वाटले. डायरीमधील प्रत्येक संदेश आहे तसा अंमलात आणायचे तिने ठरवले. कारण आई तसेच वागत होती आणि अवनीच्या नजरेत ते 'योग्यच' होते. 'मी कधीच चुकत नाही' हा संदेश आत्मसात केल्याने अवनीचे कोणाशीच पटले नाही. अशीच अनेक वर्षे गेली. आज अवनीचा अठ्ठाविसावा वाढदिवस. पण आज अवनी एक भ्रमाने व्यापलेले आयुष्य जगत आहे. उत्तम शिक्षण आणि नोकरी आहे. पण तिचा सहवास टाळला जातो. 'कायम मीच बरोबर' असे तिचे धोरण असल्याने कोणीही तिला समजावायला जात नाही.

मानसी आणि अवनी यांसारखे अनेक जण अशा भ्रमात जगत असतात. लहानपणापासून पालकांकडून कळत-नकळत मानसीसारखे नकारात्मक संदेश संक्रमित होत असतात. हे संदेश जसेच्या तसे आत्मसात केल्याने पूर्वग्रह बनतात.

पालकत्वावर होणारा पूर्वग्रहांचा परिणाम

१ पूर्वग्रह आत्मसात केल्याने मुलांचे स्वत:चे विचार जन्म घेत नाहीत. जरी विचार आले, तरी वैचारिक विकास होत नाही. 'वेगळा' विचार म्हणजे 'चुकीचा' विचार असे मुलांना वाटते.

२ पूर्वग्रहाबरोबरच चूक-बरोबरच्या व्याख्या मुले आत्मसात करतात. त्यामुळे संदर्भ न लावता एका भ्रमात राहतात. हा भ्रम ज्या वेळी तुटतो, त्या वेळी अधिक मानसिक त्रास होतो आणि त्यामधून बाहेर पडणे अवघड जाते. उदाहरणार्थ, प्रेम ही एक निरपेक्ष भावना आहे हे लक्षात येत नाही; कारण 'प्रेम मिळविण्यासाठी काहीतरी साध्य करणे आवश्यक आहे' असे त्यांचा पूर्वग्रह सांगत असतो. असे पूर्वग्रह बाळगल्यास आपण निरपेक्ष प्रेमाला मुकतो. स्वतः निरपेक्ष प्रेम न अनुभवल्यामुळे आपण दुसऱ्यांनाही ते देऊ शकत नाही.

३ आपले पालक ज्या दृष्टिकोनातून इतर लोकांकडे किंवा एखाद्या घटनेकडे बघतात, तोच दृष्टिकोन आपण पूर्वग्रहामुळे आत्मसात करतो. उदाहरणार्थ, पालक जर कायम एखाद्या व्यक्तीला विनाकारण महत्त्व देऊन, प्रत्येक गोष्ट त्याला विचारूनच करत राहिले, तर 'कायम दुसऱ्यांनीच आपल्या आयुष्याचा निर्णय घ्यावा' असा पूर्वग्रह मुलांमध्ये तयार होतो.

४ पूर्वग्रहातून अनेकदा भीती निर्माण होते आणि ती आपल्या मुलांमध्येदेखील संक्रमित होते. उदाहरणार्थ, जर पालक कायम 'लोक काय म्हणतील' या भीतीपोटी वागत असतील, तर मुलेसुद्धा हीच भीती मनात घेऊन वागत राहतात. परिणामी, कायम लोकांना समोर ठेवून वागल्यामुळे मुले दुसऱ्यांच्या मतांवर आपला आत्मविश्वास अवलंबून ठेवतात.

पूर्वग्रहाचा परिणाम आपल्याला दैनंदिन आयुष्याबरोबरच भावनिक विश्वावर होतो. आपण जे पूर्वग्रह आपल्या पालकांकडून कळत-नकळत आत्मसात करतो, ते आपण पुढच्या पिढीलाही देत असतो. यामध्ये गरज असते ती ही साखळी तोडण्याची आणि पूर्वग्रहविरहित आयुष्य जगण्याची.

लक्षात ठेवा!

पूर्वग्रहाचा परिणाम आधी पालकत्वावर होतो. त्यामुळे पुढच्या पिढीचे भविष्य तुमच्या हातात आहे.

पूर्वग्रह आणि निर्णयक्षमता

ऑफिसमध्ये आज बरीच हालचाल दिसत होती. सर्व जण एका मीटिंगकडे डोळे लावून बसले होते. आजचा दिवस खूप महत्त्वाचा होता. मीटिंगचा परिणाम सर्वांसाठी निर्णायक होता. खास करून तेजससाठी. तेजस खूप हुशार आणि महत्त्वाकांक्षी तरुण होता. त्याने एमबीए फायनान्स करून एका खासगी कंपनीमध्ये करिअर सुरू केले. मुळातच हुशार असल्याने त्याला बढती लवकर मिळाली. मॅनेजर म्हणून तो काम करू लागला.

त्यानंतर कंपनीने त्याला विभागप्रमुख केल्याने तो उच्चपदावर काम करू लागला. तेजसचा एक स्वभाव होता, कॉलेजमध्ये त्याचे मित्र त्याच्या हुशारीचा गैरवापर करत. त्याच्याकडून सर्व काम करून घेत; पण त्याचे श्रेय मात्र तेजसला देत नसत. त्यामुळे 'आपल्या हुशारीचा गैरवापर होत आहे' असे तेजसला वाटू लागले. मग त्याने ठरवले, की यापुढे माझ्या हुशारीचा गैरवापर मी होऊ देणार नाही. 'माझ्यावर कायम अन्याय होतो' असा त्याचा पूर्वग्रह झाला. कार्यक्षेत्रातदेखील हाच पूर्वग्रह ठेवून तो निर्णय घ्यायला लागला. प्रत्येक परिस्थितीकडे तो 'माझ्या हुशारीचा गैरवापर होतो आहे आणि माझ्यावर अन्याय होतो आहे' याच पूर्वग्रहातून पाहायचा. एक दिवस त्याला समजले, की कंपनीमध्ये वरिष्ठ पदावर अनेक नवीन लोकांची नेमणूक करण्यात आली आहे आणि त्याच्यावरही एका बॉसची नेमणूक झाली आहे. कंपनीमध्ये उच्च स्तरावर काही बदल झाल्याने हा निर्णय घेतलेला होता. तेजसच्या पूर्वानुभवामुळे 'आपल्यावर अन्याय होतोय आणि माझ्या हुशारीचे श्रेय नवीन बॉसला मिळेल' या पूर्वग्रहाने तो अस्वस्थ झाला. या अस्वस्थतेतून बाहेर पडावे म्हणून तेजसने राजीनामा दिला. आजची मीटिंग याच संदर्भात होती. मीटिंगमध्ये तेजसचा राजीनामा स्वीकारला गेला. ऑफिसमधील शेवटच्या दिवशी तो नव्या बॉसला भेटला. भेट पूर्ण होताच मात्र तेजसला अश्रू अनावर झाले. त्याला एक सत्य उलगडले होते. तेजसवरच्या कामाचा भार कमी करून एका नवीन प्रोजेक्टसाठी त्याला काही काळ परदेशात जाण्याची संधी मिळणार होती. त्याचसाठी इकडे नवीन बॉसची नेमणूक करण्यात आली होती. पण आता खूप उशीर झाला होता. तेजसने जेवढे दिसले, ऐकले, त्यावरच विश्वास ठेऊन, पूर्वग्रहाने व्यापलेल्या मन:स्थितीने निर्णय घेतला आणि सोन्यासारखी संधी गमावली.

तेजससारखेच आपणही रोज वेगवेगळे निर्णय घेत असतो. कळत-नकळत अनेक निर्णय याच पूर्वग्रहामुळे घेतले जातात. आयुष्याचा प्रत्येक क्षण असंख्य निर्णयांनी भरलेला असतो. प्रत्येक निर्णयाचा परिणाम स्वत:वर आणि आपल्या भोवतीच्या लोकांवर होत असतो. एखादा बिकट प्रसंग आला की, आपण कोणता निर्णय घेतो

यापेक्षा आपली 'निर्णय घ्यायची प्रक्रिया' (Decision Making Process) आपली निर्णयक्षमता ठरविते. या प्रक्रियेमध्ये पूर्वग्रह हा महत्त्वाचा घटक आहे. काही पूर्वग्रह निर्णयक्षमता अधिक जागरूक करतात. उदाहरणार्थ, 'पूर्ण माहिती घेऊन आणि वेळ घेऊन निर्णय घ्यावा' हा पूर्वग्रह नक्कीच योग्य निर्णय घेण्यास मदत करतो. पण तेजसप्रमाणे 'माझ्यावर कायमच अन्याय होतो' हा पूर्वग्रह ठेवला, तर निर्णय चांगला परिणाम देत नाहीत.

निर्णयक्षमतेवर पूर्वग्रहांचा होणारा परिणाम

१ निर्णयापेक्षा त्याचे परिणाम निर्णय योग्य होता की अयोग्य हे ठरवतात. त्या परिणामांकडे पाहण्याचा दृष्टिकोनदेखील आपले पूर्वग्रह ठरवितात. त्यामुळे, निर्णयक्षमता अधिक बलवान करण्यासाठी, कमकुवत करणारे पूर्वग्रह सोडून द्यायला हवेत.

२ आहे त्या परिस्थितीकडे जागरूकपणे पाहण्याचे कौशल्य आत्मसात केले, तर पूर्वग्रह मनावर विपरित प्रभाव पाडत नाहीत. अंतर्मनात अयोग्य पूर्वग्रहांचा संच असला, तर आपण क्षणिक शांतता मिळावी म्हणून निर्णय घेतो. यामध्ये शांती मिळते, पण परिस्थितीवरचा उपाय नाही.

३ मनात पूर्वग्रह असेल, तर अस्तित्वात नसलेली भीती जन्म घेते आणि निर्णयक्षमता कमकुवत करते. अनेकदा भीती दूर करण्यासाठी निर्णय घेतले जातात, पण परिथिती तशीच राहते.

४ पूर्वग्रहामुळे समोर आलेल्या परिस्थितीकडे आपण एकाच दृष्टिकोनातून पाहतो आणि अजागरूकतेने वाटचाल करतो. पूर्वग्रहाने व्यापलेली निर्णयक्षमता आपण भावी पिढीलीही नकळत शिकवत असतो. नंतर त्याचेच अंधानुकरण होते.

पूर्वग्रहामुळे निर्णयक्षमता जन्म घेते. कोणते पूर्वग्रह उपयुक्त आहेत आणि कोणते कमकुवत निर्णय घेण्यास भाग पडतील, याचा अभ्यास महत्त्वाचा आहे.

लक्षात ठेवा!

पूर्वग्रह आपली निर्णयक्षमता ठरवितात. त्यामुळे 'मला परिस्थितीचे क्षणिक समाधान हवे आहे, की जागरूकतेने शोधलेला त्यावरचा एक उपाय?' हे स्वत:ला विचारा.

पूर्वग्रह आणि नाती

मिहीर आणि ईशा यांचे नुकतेच लग्न झाले होते. अरेंज्ड मॅरेज असल्याने दोघांची ओळखही नवीनच होती. आता कुठे ते एकमेकांना थोडे-थोडे जाणून घ्यायचा प्रयत्न करू लागले होते. असेच एके दिवशी ईशाने मिहीरला मेसेज केला : 'मला भूक लागली आहे.' मग मिहीर ऑफिसमधून घरी येताना तिच्यासाठी काहीतरी खायला घेऊन जाण्यासाठी थांबला. मात्र तिला नक्की काय आवडेल हे मिहीरच्या लक्षात येईना. ईशाला त्याने फोन केला, पण तोही लागत नव्हता. शेवटी काही न सुचल्यामुळे तो तसाच घरी आला. घरी येताच ईशाने त्याला 'खायला काय आणलंय' असे विचारले. मिहीरने काय झाले ते सांगितले. मात्र त्यावर ईशा खूप रागावली. 'फोन का नाही केलास?' यावरून त्यांच्यात आणखी वाद झाला. तिचा फोन लागत नाही, हे लक्षात येताच ईशा शांत झाली. काही दिवसांनंतर मिहीर एकदा हॉटेलमध्ये गेला होता. या वेळी काहीतरी घेऊन जायचेच असे त्याने ठरवले. पण परत ईशाला काय आवडेल हे त्याच्या लक्षात येईना. मागच्या वेळेप्रमाणे याही वेळी तिचा फोन लागेना. मागच्या अनुभवामुळे रिकामे घरी जायचे नाही, असे त्याने ठरवले. त्याने मग ईशाच्या आईला फोन करून ईशाची आवड जाणून घेतली. तिच्या आवडीचा एक पदार्थ आणि स्वत:च्या आवडीचा एक, असे दोन पदार्थ घेऊन तो घरी आला. त्याने आणलेले पार्सल पाहिल्यावर ईशा परत नाराज झाली आणि मिहीरला बोलू लागली. 'मी तुला आवडतच नाही का? मला काय हवंय हे लक्षात येत नाही

का? मी तुझा इतका विचार करते, पण तू मात्र किती स्वार्थी आहेस. मी लग्नच करायला नको होतं. माझ्या मैत्रिणी खरं तर मला सावध करत होत्या; पण मीच ऐकलं नाही.' ईशाचे बोलणे ऐकून मिहीरला वाईट वाटले. ईशाचा विचार करूनच आपण पदार्थ आणूनही ही असे का बोलत आहे हे त्याला कळेना. मग त्याने पार्सल पाहिल्यावर त्याच्या लक्षात आले की, हॉटेलवाल्याने चुकून एकच पदार्थ पार्सलमध्ये दिला होता आणि तो मिहीरच्या आवडीचा होता!

घडलेला प्रकार ईशाला कळला, तेव्हा तिला खूप वाईट वाटले. मिहीरही दुखावला गेला होता. आपल्या बाबतीतले ईशाचे विचार ऐकून मिहीरला खूप वाईट वाटले. ईशाच्या मनातही अपराधी भावना होती. पण या पश्चात्तापाला खूप उशीर झाला होता. दोघेही जड मनाने न जेवता झोपी गेले.

जेवढे दिसले, ऐकले आणि अनुभवले, त्यावर अधिक माहिती न घेता मत बनवून असा एकतर्फी निष्कर्ष काढणे, यालाच आपण 'पूर्वग्रह' म्हणतो नाही का?

मिहीर-ईशासारखे अनेक जण, अनेक नाती या पूर्वग्रहामुळे दुखावली जातात.

पूर्वग्रहाचा नात्यांवर होणारा परिणाम

१ स्वत:बरोबरचे नाते हे सर्वाधिक विकसित मानले जाते. स्वत:वर विश्वास ठेवला तर स्वत:बरोबरचे नातेही पूर्वग्रहविरहित बनते. हेच आत्मविश्वासाचे नाते इतर नात्यांना पोषक ठरते.

२ नात्यातील विश्वासावरही पूर्वग्रहाचा प्रभाव असतो. योग्य पूर्वग्रह नाती जुळवतात, टिकवून ठेवतात. अशा नात्यांमध्ये कोणत्याही घटनेवरून टोकाचे निष्कर्ष काढण्याआधी हक्काने प्रश्न विचारता येतात, विचारले जातात. मात्र चुकीच्या पूर्वग्रहांवर आधारित नात्यात बऱ्याचदा एकतर्फी आणि टोकाचे निष्कर्ष काढले जातात. त्यामुळे नाती कमकुवत बनतात, तुटतात. कारण कोणत्याही घटनेला दुसरी बाजूही असू शकते, हा विचार चुकीचा पूर्वग्रह करूच देत नाही.

३ पूर्वग्रहांमुळे व्यावसायिक नात्यांचीही घडण होत असते. नात्यांमध्ये काही विश्वास असणारे पूर्वग्रह असतात. उदा. 'समोरच्याचीही काही बाजू असेल, ती आपण जाणून घेतली पाहिजे' हा पूर्वग्रह नाती टिकवतो. अविश्वासाने भरलेले पूर्वग्रह मात्र दुसऱ्यांचे मत विचारात घेत नाहीत आणि टोकाची प्रतिक्रिया देतात. परिणामी नात्यांबरोबरच माणसेही कायमची लांब जातात.

४ आपल्या भावनिक विश्वावरही पूर्वग्रहांचा परिणाम होत असतो. चांगले पूर्वग्रह आपले भावनिक विश्व समाधानी करतात; पण नकारात्मकतेने व्यापलेले पूर्वग्रह भावनिकरीत्या असमाधानी करून नव्या नकारात्मक पूर्वग्रहांना जन्म देतात.

लक्षात ठेवा!

तुमचे आजचे पूर्वग्रह भविष्यातील नात्यांचा दर्जा आणि गुणवत्ता ठरवत असतात. त्यामुळे, आपल्या आयुष्यातील महत्त्वाची आणि जवळची नाती कायमची दुरावण्याआधीच सावध व्हा आणि पूर्वग्रहविरहित जगून स्व-जागरूकता आत्मसात करा!

◆◆◆

१६

स्व-जागरूकतेतील अडथळा २ : भीती

स्व-जागरूकतेचा मार्ग खूप आनंददायी आहे. तो आनंद घेण्यासाठी आधी त्यातील अनेक अडथळे समजून घेऊन ते दूर करणे गरजेचे असते. असाच दुसरा एक अडथळा म्हणजे 'भीती'. भीती वाटणे जरी स्वाभाविक असले, तरी पराकोटीच्या किंवा मनात खोलवर असलेल्या भीतीपोटी बऱ्याचदा आपण एखाद्या गोष्टीची योग्य शहानिशा न करता कृती करतो, निर्णय घेतो. अशी कृती करणे किंवा निर्णय घेणे योग्य असतेच असे नाही. त्यामुळे अशा कोणत्याही प्रभावाखाली न येता सतर्क राहून एखाद्या घटनेकडे पाहता यायला हवे. त्यालाच स्व-जागरूकता म्हणतात.

आत्ता कोणी तुम्हाला विचारले की 'तुम्हाला कशाची भीती वाटते?', तर मला खात्री आहे की, तुमच्या प्रत्येकाकडे काही ना काही सांगण्यासारखे असेलच. पाण्याची, खोली किंवा उंचीची, अंधाराची, एखाद्या प्राण्याची, जागेची, घटनेची, कृतीची भीती... यादी आणखीही लांबलचक होऊ शकते. थोडक्यात, अशी कोणत्याही प्रकारची भीती असते. पण ही भीती कधी-कधी आपल्या विकासातला अडथळा बनते. त्यामुळे भीती वाटली, तरी डोळसपणे गोष्टींचा विचार करून कृती करणे आणि निर्णय घेणे केव्हाही उत्तम.

एक सोपे उदाहरण घेऊ. लहानपणी मूल पहिल्यांदा आग बघते, तेव्हा त्याला त्याबद्दल कुतूहल वाटते. एकदा आगीचा चटका बसल्यानंतर मात्र आगीची त्याला थोडी भीती वाटते. आगीला हात लावल्याचा परिणाम काय होतो, हे कळल्यानंतर जी भीती निर्माण होते, ती मुलाचे आगीपासून संरक्षण करते. त्याला संभाव्य धोक्याबद्दल सतर्क करते. त्यामुळे ही भीती उपयुक्त ठरते. अशा प्रकारची भीती आपल्याला संभाव्य शक्यतांचे अंदाज बांधायलाही मदत करते, ज्यामुळे आपण धोक्यापासून

वाचतो. उदाहरणार्थ, पुराचे पाणी पुलावरून, रस्त्यावरून वाहताना दिसले, तर आपण त्यातून गाडी चालवणार नाही.

पण दुसऱ्या प्रकारचीही एक भीती असते, ती म्हणजे 'मनातली' भीती! ही भीती अनेक शक्यता निर्माण करते आणि विकासाला बाधा आणते. भीती आणि त्यामागोमाग येणाऱ्या नकारात्मक शक्यतांमुळे आपण सारासार विचार करत नाही. उदाहरणार्थ, वाहन चालवताना होणारे अपघात पाहून एखाद्याला वाहन चालवायला शिकायचीच भीती वाटू शकते. अशा वेळी सुरक्षितपणे वाहन चालवण्याचे तंत्र शिकून, त्याचे फायदे जाणून घेऊन भीतीवर मात करता येते.

भीतीची उगमस्थाने

१ पूर्वानुभव

काही पूर्वानुभव भीती निर्माण करतात. घटना एकदाच घडलेली असते, पण ती परत तशीच घडेल आणि त्याचा परिणाम नकारात्मकच होईल, असे वाटत राहिल्याने भीती निर्माण होते. उदाहरणार्थ, एकदा शिक्षणात खंड पडला की, आपण परत पुढे शिकू शकणार नाही ही भीती निर्माण होते.

२ वंशपरंपरागत आलेली भीती

काही वेळा काही गोष्टींबद्दल वाटणारी भीती ही कुटुंबात असलेली वंशपरंपरागत भीती असते. उदाहरणार्थ, एखाद्या कुटुंबात आधीच्या काही पिढ्यांतील लोकांनी कधीच व्यवसाय केलेला नसेल, तर त्या कुटुंबातील कोणत्याही सदस्याने नोकरी सोडून व्यवसाय करण्यावर कुटुंबातून विरोध होऊ शकतो. पूर्वानुभव आणि पूर्वग्रहांमुळे अशा प्रकारच्या नवीन विचारावर मार्गदर्शन करण्याऐवजी 'तुला ते जमणार नाही' ही भीतीही नकळत रुजवली जाते.

३ कालचक्रात अडकलेले मन

जेव्हा आपण सतत भूतकाळात आणि भविष्यकाळात अडकतो, त्या वेळी ही भीती निर्माण होते. 'आधी असे झाले होते' किंवा 'पुढे काय होईल' याच विचारांत सतत असल्याने मनात भीती उत्पन्न होते.

४ **स्वत:वरचा अविश्वास**

हा सर्वांत महत्त्वाचा मुद्दा आहे. आधीच्या सर्व कारणांमुळे आपला स्वत:वरचा विश्वास डळमळीत होतो. 'मला हे कधीच जमणार नाही', 'माझी तितकी क्षमताच नाही' असे पूर्वग्रह बनतात आणि त्यामुळे भीती निर्माण होते.

भीती उत्पन्न होण्याची कारणे अनेक असतात. भीतीचे प्रकार कोणते आणि त्यावर आपण कशी मात करायची हे आपण आगामी लेखात पाहू.

भीतीचे प्रकार

एकटेपणाची भीती

रिया तिच्या लहानपणीचे फोटो पाहत, त्या आठवणींमध्ये रमून गेली होती. तिच्या हातात अचानक ती नववीत असताना काढलेला एक ग्रुप फोटो आला. फोटोत ती एका कोपऱ्यात उभी होती. चेहऱ्यावर हास्यही नव्हते. तो फोटो पाहून रियाला त्या वेळी घडलेली घटना आठवली. घडले असे होते की, रिया खूप अभ्यासू आणि प्रामाणिक होती. रियाला मैत्री करायला आवडायचे. तिने बऱ्याच मुलींशी गट्टी जमवलीही. पण नंतर काही ना काही कारणाने त्या दुरावल्या. 'तू कायम अभ्यास करतेस, आमच्याबरोबर खेळत नाहीस, सहलीला येत नाहीस' अशा तक्रारी मैत्रिणी करायच्या. त्यामुळे तिच्या वाट्याला सतत एकटेपण यायचे. एक दिवस शाळेत वर्गाचा ग्रुप फोटो काढायचा होता. ती मैत्रिणींबरोबर उभी राहिली. मात्र मैत्रिणींना ते आवडले नाही. त्या म्हणाल्या, 'तुझ्या हुशारीमुळे आम्हाला आमच्या आई-वडिलांची बोलणी खावी लागतात. ते आमची तुलना सतत तुझ्याशी करतात. आम्हाला तुझी मैत्रीच नको.' असे बोलून तिच्या मैत्रिणी तिच्यासोबत फोटोमध्ये उभ्या राहिल्या नाहीत. आपली हुशारी, प्रामाणिकपणा आणि खरेपणा हे आपल्या मैत्रीमध्ये

येणारे शत्रूच आहेत, असे रियाला वाटू लागले. पूर्ण नववीचे आणि दहावीचे वर्ष रिया एकटी पडली. याचा परिणाम तिच्या मार्कांवरही झाला. नंतर कॉलेजमध्ये नवीन मैत्रिणी जमल्या. पण तिच्या मनात सतत 'मी एकटी पडले तर?' ही भीती होती. या भीतीमुळे रियाने ठरवले की, काहीही झाले तरी मैत्री कायम ठेवायची. परिणामी, एकटे पडण्याच्या भीतीने मैत्रिणी सांगतील तसे रिया वागू लागली, इच्छा असो वा नसो. पुढे व्यावसायिक जीवनातही, आपल्याला लोकांनी स्वीकारावे, एकटे पाडू नये यासाठी रिया अनेकदा मनाविरुद्ध वागत राहिली. शालेय जीवनात मनात निर्माण झालेल्या भीतीत रिया आजही आहे. सर्व कळत आहे, पण वळत नाही!

रियासारखे अनेक जण भीतीने पछाडलेले असतात. 'लोक काय म्हणतील', 'आपल्याबद्दल काय विचार करतील', 'आपण एकटे पडणार नाही ना' याच विचारांनी इतरांचे अंधानुकरण करतात. आपल्या भोवतालच्या जगात आपला स्वीकार व्हावा ही गरज एकटेपणाच्या भीतीच्या मुळाशी असते. अगदी लहान मुलेही आज या भीतीने अनेक निर्णय घेताना दिसतात. उदाहरणार्थ, सोशल मीडियावर सक्रिय राहण्याचा दबाव, विशिष्ट ब्रँडचे कपडे किंवा वस्तू वापरण्याचा दबाव हीच एकटेपणाची भीती निर्माण करत आहे.

भीतीचा सामना कसा करायचा ?

१ **'एकटेपणा' पुन्हा परिभाषित करा**

आपल्याला हव्या त्या लोकांमध्ये आपण स्वीकारले जात नाही, म्हणून आपण आलेल्या परिस्थितीला एकटेपण हे नाव देतो. हीच व्याख्या बदलावी लागेल. ज्याला आपण एकटेपण म्हणतो तो कदाचित 'स्व-जागरूकतेचा मार्ग' असू शकतो, स्वतःला ओळखण्याची संधी असू शकते. आपल्यासारखे अनेक लोक एकटे असूनसुद्धा आनंदी असतात हा विचार आपल्याला नक्कीच प्रेरणा देईल.

२ **स्वतःला ओळखायला शिका**

स्वीकारले जावे म्हणून मनाविरुद्ध वागण्यापेक्षा स्वतःला ओळखणे गरजेचे आहे. प्रत्येकाचा जीवनप्रवास आणि त्यातल्या गरजा वेगवेगळ्या असतात. त्यामुळे अशीच माणसे जोडा, जी तुमचे वेगळेपण स्वीकारतील.

३ **मनाविरुद्ध वागण्याची किंमत**

सातत्याने मनाविरुद्ध वागणे योग्य नाही. त्याचा परिणाम आपल्या भावनिक आयुष्यावर होत असतो. एकटेपणाच्या भीतीमुळे घेतलेल्या निर्णयांमुळे एकटेपण तात्पुरते दूर होईलही, पण मन मारून वागण्याची मोठी किंमत त्यासाठी मोजावी लागते. एकटेपणाची भीती कमी करण्यासाठी आधी स्वतःला ओळखून स्वीकारले पाहिजे.

४ **भविष्याचा अतिविचार टाळा**

'भविष्यात आपण एकटे पडू' या विचाराने अधिक भीती निर्माण होते. त्यापेक्षा आज तुमच्याबरोबर जे लोक तुम्हाला तुमच्या वेगळेपणासहित स्वीकारत आहेत, त्यांच्याबरोबर जीवनाचा परिपूर्ण आनंद घ्या. वर्तमानकाळाचा सन्मान करा.

लक्षात ठेवा!

एकटेपणाची भीती एकट्यानेच मनातून काढायची असते. जेवढे जाणीवपूर्वक वर्तमानात जगाल, तेवढे एकटेपणाच्या भीतीला पळवून लावाल.

अपयशाची भीती : समज आणि गैरसमज

अमेय हा अनेक अडीअडचणींवर मात करून पदवीधर झालेला एक होतकरू मुलगा होता. एका खासगी कंपनीमध्ये मॅनेजर म्हणून काम करत होता. कोणत्याही विषयातील सखोल माहिती करून घेण्याची त्याला आवड होती. दुसऱ्यांनाही शिक्षणासाठी प्रोत्साहन देण्याचा त्याचा स्वभाव होता. कंपनीतील त्याच्या चांगल्या कामगिरीमुळे त्याला बढतीची संधी मिळणार होती; मात्र त्यासाठी त्याला पदव्युत्तर शिक्षण घेणे आवश्यक होते. अर्थात त्याची सोय आणि सुविधा कंपनीतर्फे करण्यात येणार होती; पण काही कारणास्तव अमेय ते टाळत होता आणि बढतीची संधी आपणहून पुढे ढकलत होता. असे एक-दोन वेळा झाल्यानंतर त्याच्या वरिष्ठांनी त्याला ही शेवटची संधी असल्याचे सांगितले. त्यामुळे अमेयने ती स्वीकारली खरी; मात्र त्या निर्णयाने तो खूप अस्वस्थ झाला. विचार केल्यानंतर त्याच्या लक्षात आले, की आपल्यामध्ये एक भीती आहे.

सखोल विचार केल्यावर त्याच्या लक्षात आले की बढतीसाठी कामगिरीबरोबरच पदव्युत्तर शिक्षण असणे आवश्यक आहे. त्याचा पदवी मिळवण्याचा प्रवास खडतर होता. घरातून पाठिंबा नसल्याने सर्व शिक्षण त्याने स्वबळावर पूर्ण केले होते खरे; पण ते पूर्ण करण्यात अनेक अडचणी आल्या होत्या. परिणामी, अपयशाची भीती मनात बसली. हेच अपयश पदव्युत्तर शिक्षणाच्या बाबतीतही येईल का? ही खरी भीती होती. ही भीती त्याने त्याच्या पत्नीसमोर व्यक्त केली. तिने

सांगितले, 'एकदा अपयश आलं म्हणून परत तसंच होईल असं नाही. आणि प्रयत्न केल्याशिवाय ही भीती जाणारही नाही. तेव्हा अपयशाच्या भीतीने प्रयत्नच न करणं योग्य नाही. तुम्हाला त्यात अपयश आलंच, तर काय होईल? एक अनुभव मात्र नक्की मिळेल.' पत्नीच्या बोलण्याने अमेयला एक नवी दिशा मिळाली. आत्मविश्वास आला. त्याला वाटले, 'खरंच, प्रयत्न न करता आपण किती वेळ या अपयशाच्या भीतीमध्ये राहायचं? आणि चुकून अपयश आलंच, तर आपल्या जवळचे लोक आहेतच आपल्याला सांभाळून घ्यायला.' या विचाराने अमेयला नवी उमेद मिळाली.

आपल्यातील कित्येक जण हे अमेयसारखेच अपयशाची भीती बाळगून जगत असतात. एखादा विचार कृतीत आणायचा असो अगर निर्णय घ्यायचा असो, 'मला जमले नाही तर?' किंवा 'मी हरलो तर?' हा विचार सतत येत असतो. अपयशाच्या भीतीने आपल्यामध्ये 'मानसिक निष्क्रियता' येते.

अपयशाची भीती वाटणे स्वाभाविक आहे. पण जे आपण समजतो ते खरेच 'अपयश' असते का, याचा विचार करायला हवा. याबद्दल लोकांमध्ये बरेच गैरसमजही असतात. ते दूर करणे महत्त्वाचे आहे.

सर्वसाधारणपणे आढळणारे गैरसमज जाणून घेऊ :

	गैरसमज	समज
१.	प्रयत्नांना फळ आले नाही, की ते अपयशच असते.	एखादा प्रयत्न फसला, तर त्याला 'अपयश' म्हणावे की 'पुन्हा प्रयत्न करण्यासाठी मिळालेली संधी' म्हणावे हे आपल्या आपण ठरवावे.
२.	अपयशाची भीती असणे 'चूक' आहे.	अपयशाची भीती असणे स्वाभाविक आणि नैसर्गिक आहे. या भीतीचा बाऊ न करता त्यावर उपाय शोधणे अधिक उपयुक्त ठरते.
३.	अपयश हे कायमस्वरूपी असते.	एकदा अपयश आले म्हणून कायम अपयशच येईल हा विचार दिशाभूल करणारा आहे. अपयशामधून आपण काय शिकलो हे महत्त्वाचे असते. पुन्हा तीच चूक न करता नवा दृष्टिकोन ठेवून प्रयत्न केला, तर अपयश कायमचे टिकत नाही.
४.	अपयश येणे म्हणजे 'एक पराभूत व्यक्ती' म्हणून जगणे.	एकदा अपयश आले, की आपला स्वतःकडे पाहण्याचा दृष्टिकोन नकारात्मक होतो. आपणच स्वतःला 'एक पराभूत व्यक्ती' मानायला लागतो. अपयश म्हणजे पराभव नव्हे. आपला दृष्टिकोन सकारात्मक असेल, तर आपल्याकडे पाहणाऱ्यांचा दृष्टिकोनही सकारात्मक होतो.

भीती दूर करायची असेल, तर हे गैरसमज आधी दूर केले पाहिजेत. त्यासाठी भीतीचे मूळ नक्की कशात आहे हे जाणून घेणे आणि त्यावर उपाय शोधणे आवश्यक आहे. ते कसे करायचे ते आता पाहू.

अपयशाची भीती : चिन्हे आणि उगम

अपयशाची भीती वाटणे स्वाभाविक आहे. मात्र भीती का वाटते, हेही जाणून घेण्याचा प्रयत्न करायला हवा. एकदा आपल्या भीतीचे मूळ कशात आहे ते आपल्याला समजले की, त्यावर मात करणे सोपे होते. एखाद्याला अपयशाची भीती जेव्हा वाटत असते, तेव्हा ते ओळखण्याची काही चिन्हे किंवा संकेत याप्रमाणे आहेत.

१ कोणताही निर्णय आणि कोणतीही क्रिया करायच्या आधी 'लोक काय म्हणतील' हा विचार सर्वप्रथम येणे.

२ 'नेहमीपेक्षा वेगळा विचार केल्याने मी एकटा किंवा एकटी पडेन का?' याची भीती वाटणे.

३ तुम्ही ज्या लोकांचा सल्ला घेता, त्यांना आपल्या निर्णयाने काय वाटेल हा विचार सतत येणे.

४ निर्णय घेण्याची वेळ आली की, अचानक शारीरिक अस्वस्थता निर्माण होणे. उदाहरणार्थ, अचानक डोकेदुखी, पोटदुखी, घशाला कोरड पडणे, अति खाणे अशांसारख्या अनेक गोष्टी आपल्याला अनुभवास येतात.

५ आपले विचार आणि निर्णय कसे चुकणार आहेत आणि ते चुकले म्हणजे 'नक्की अपयश येणार', असे विचार स्वतःला सतत पटवणे.

६ दिवसाचा सर्वाधिक वेळ भूतकाळातील किंवा भविष्यातील चिंतेत घालवणे.

ही लक्षणे आपल्याला अपयशाची भीती वाटते की नाही, हे तपासण्यासाठी उपयुक्त ठरतात. अपयशाची भीती वाटते हे समजल्यानंतर पहिली पायरी म्हणजे, या भीतीचा उगम शोधणे.

भीतीचा उगम शोधण्याची प्रक्रिया

१ **भीतीचा संदर्भ**

आपण आयुष्यात विविध वर्तुळांमध्ये वावरत असतो. उदाहरणार्थ, वैयक्तिक, कौटुंबिक, व्यावसायिक, सामाजिक इत्यादी. यांपैकी कोणत्याही वर्तुळात भीती अनुभवली की, तीच भीती/अपयश सगळीकडे अनुभवली जाईल, असे आपले मन गृहित धरते. त्यामुळे भीती वाटल्यास सर्वप्रथम या भीतीचा संदर्भ स्पष्ट करून घ्या. भीती नेमकी कशात वाटते आहे हे समजून घ्या.

२ **भीतीचा पॅटर्न**

याआधी अशीच किंवा यासारखी भीती आपण कधी अनुभवली होती का, याचा विचार करा. त्यानुसार काही ठराविक 'पॅटर्न' तयार होत आहेत का ते पहा. भूतकाळातील घटनांमुळे वाटलेल्या भीतीचा पुन्हा अनुभव आला की, आपल्याला पुन्हा अपयशच येईल असे वाटते. 'पूर्वानुभव' हे भीतीचे सर्वाधिक आढळलेले उगमस्थान आहे.

३ **विचारांची दिशा**

आपल्या विचारांच्या दिशेवरून आपल्याला भूतकाळातील घटनांचा विचार करून भीती वाटते आहे की, भविष्यातील चिंता जास्त आहे, हे समजून घ्या.

४ **'सर्वोत्तम'चा अट्टाहास टाळा**

आपण जे करू किंवा निर्णय घेऊ, त्याचा परिणाम सर्वोत्तमच असायला हवा, हा अट्टाहास टाळा. 'परिणाम सर्वोत्तम आला नाही तर?' हा विचार अपयशाच्या भीतीमध्ये भर घालतो.

५ **तुमचा कम्फर्ट झोन**

भीतीवर उपाय शोधणे, त्यासाठी स्वत:मध्ये बदल घडविणे, या सर्व गोष्टी तुम्हाला तुमच्या 'कम्फर्ट झोन'च्या बाहेर पडायला लावतात. हा भीतीच्या अलीकडे असणारा 'कम्फर्ट झोन' नकळत आवडत आहे का? हा विचार अवश्य करावा. आपल्या बाबतीत हेच भीतीला कारणीभूत ठरत आहे का, हा विचार अवश्य करावा.

लक्षात ठेवा!

अपयशाची भीती मुळापासून काढून टाकण्याच्या प्रक्रियेत भीतीच्या खुणा ओळखणे आणि भीतीचे मूळ शोधणे या मूलभूत पायऱ्या आहेत. हीच त्यावर मात करण्याची गुरुकिल्लीही आहे.

अपयशाची भीती शोधण्यासाठी उपाय

१ **स्व-जागरूकता**

आपल्या भीतीचा उगम नक्की कोणता याची जागरूकता येणे, हाच भीतीवर मात करण्याचा उत्तम उपाय आहे. उगम समजल्यानंतरची जागरूकता आपल्याला भीतीकडे तटस्थतेने पाहावयास मदत करते. परिणामी आपण भीतीपासून नकळत लांब जाऊन त्यावर उपाय शोधण्यास सक्षम होतो.

२ **भविष्यातील शक्यता**

भविष्यातील नकारात्मक शक्यता वर्तमानात भीती निर्माण करतात. त्यामुळे आपण नकारात्मकता सोडून सकारात्मक विचार आत्मसात केल्यास मदत होते. भविष्यातील गोष्टींचा विचार करताना सकारात्मक शक्यतांचा विचार करण्याची सवय जाणीवपूर्वक निर्माण करावी. अपयशाच्या भीतीवर मात करण्यास हा उपायही प्रभावी ठरतो.

३

पूर्वानुभव

अपयशाच्या भीतीमध्ये पूर्वानुभवाचा वाटा महत्त्वाचा असतो. 'पूर्वी घडले तसेच आत्ताही घडेल' हा विचार यातूनच येतो. या विचारापेक्षा भूतकाळातील अनुभवातून आपण काय शिकलो, हे पाहणे महत्त्वाचे असते. शिवाय प्रत्येक वेळची परिस्थिती वेगळी असते, हा संदर्भही लक्षात घ्यावयास हवा.

४

अंतर्गत संवाद

अपयशाच्या भीतीची तीव्रता बरीचशी आपल्या मनात चालू असणाऱ्या विचारचक्रावर अवलंबून असते. हे विचार बहुतेक वेळा नकारात्मक असतात आणि त्याचमुळे आत्मविश्वास कमी होतो. मनातले विचारचक्र तर आपण थांबवू शकत नाही; पण त्याला योग्य दिशा देऊन ते सकारात्मकतेकडे नेऊ शकतो. याने आपले मानसिक बळ नक्कीच वाढते.

५

भीतीला एक संधी बनवा

भीतीकडे निव्वळ भीती म्हणून पाहण्यापेक्षा एक उत्तम संधी म्हणून पाहिले तर? स्वतःला शोधण्याची संधी, वैचारिक विकास करण्याची संधी वा आणखी कसली संधी म्हणून पाहिले, तर यातून वेगळा मार्ग गवसू शकतो. 'हे कायम असेच राहील का?' यापेक्षा 'यातून काय शिकण्यासारखे आहे?' हा प्रश्न अधिक प्रगतीशील आहे, नाही का?

लक्षात ठेवा!

अपयशाची भीती वाटणारच नाही असे होणार नाही. पण तुमचा दृष्टिकोन, स्व-जागरूकता आणि घाबरून न जाता योग्य निर्णय घेण्याचे धाडस यामुळे तुमचा आत्मविश्वास वाढेल आणि तोच तुम्हाला यश देईल.

◆◆◆

१७

स्व-जागरूकतेतील अडथळा ३ : अपेक्षापूर्तीचा संघर्ष

एकदा रोहनने त्याच्या बायकोसाठी सरप्राईज बर्थडे साजरा करायचे ठरवले. त्याला सुचेल तशी सर्व तयारी त्याने मनापासून केली. काही मित्रमैत्रिणींना बोलावले आणि तो बायकोची वाट पाहत बसला. सर्व तयारी पाहून बायको कशी प्रतिक्रिया देईल, याची कल्पना करू लागला. बायको घरी येताच तिला सरप्राईज मिळाले. पण ती नेहमीसारखी आनंदी आणि उत्साही वाटली नाही. दुसऱ्या दिवशी त्याने बायकोला याचे कारण विचारले, तर तिने तिचा अपेक्षाभंग झाल्याचे सांगितले. कारण तिला वाढदिवस फक्त रोहनबरोबरच, म्हणजे दोघांनीच साजरा करावा असे वाटत होते. रोहनदेखील उदास झाला. कारण त्याने खूप मेहनत करून तयारी केली होती. बायकोची हवी तशी प्रतिक्रिया न मिळाल्यामुळे त्याचाही अपेक्षाभंग झाला होता. खरे म्हणजे चूक कोणाचीच नव्हती, पण अपेक्षाभंग मात्र दोघांचाही झाला.

आपली अपेक्षा ही आपल्या आयुष्याचा आधार असते. कधी कौतुकाची अपेक्षा, कधी प्रेमाची, कधी सन्मानाची, तर कधी प्रतिष्ठेची अपेक्षा लोकांना असते. या अपेक्षा स्वत:बद्दल जशा असतात, तशाच त्या आपल्या भोवतालच्या लोकांकडूनही असतात. उदाहरणार्थ, जोडीदाराकडून, मित्र-परिवाराकडून, पालकांकडून, मुलांकडून, सहकारी, वरिष्ठ, शिक्षक यांसारख्यांकडूनही अपेक्षा असतात. आपण नुसत्या अपेक्षाच करतो असे नाही, तर त्या अपेक्षांच्या व्याख्या आणि वर्णनेही

आपल्या मनात स्पष्ट असतात. विशेषत: काही जवळच्या लोकांकडून सर्रास केली जाणारी सर्वांत लाडकी अपेक्षा म्हणजे 'आपल्याला नक्की काय हवे आहे, हे समोरच्याने न सांगता ओळखावे' ही असते. ज्या व्यक्ती आपल्या अपेक्षा पूर्ण करतात, त्याच व्यक्तींना आपण नकळतपणे आपले जवळचे, प्रेमाचे मानू लागतो. जोपर्यंत लोक आपली अपेक्षा पूर्ण करतात, तोपर्यंत आपल्याला ते हवेहवेसे वाटतात. पण जेव्हा अपेक्षा पूर्ण होत नाहीत, त्या वेळी मात्र आपला दृष्टिकोन बदलायला लागतो. नात्यांतील पूर्वीचे प्रेम, पूर्वीचा गोडवा कमी होऊन त्याची जागा नकारात्मक विचार घेतात आणि तिथेच अपेक्षापूर्तीचा संघर्ष जन्म घेतो.

हा संघर्ष लहान गोष्टींपासून सुरू होतो खरा; पण पुढे त्याचे परिवर्तन असंतोष, कटूता, अगदी बदला घेण्याच्या भावनेपर्यंत जातो. मग आपण निरपेक्ष होणे हाच यावरचा उपाय का? आणि लोक आपल्याकडून अपेक्षा करतात त्याचे काय करायचे? असे प्रश्न स्वाभाविकपणे पुढे येतात. यांची उत्तरे जाणून घेण्यासाठी प्रथम या अपेक्षापूर्तीच्या संघर्षाचा उगम शोधायला हवा.

लक्षात ठेवा!

ज्या वेळी तुम्ही अपेक्षा करणे आणि त्या अपेक्षा पूर्ण होण्यासाठी संघर्ष करणे यांतील फरक ओळखाल, त्या वेळी तुम्ही अर्धी लढाई आधीच जिंकली आहे असे समजा!

अपेक्षापूर्तीच्या संघर्षाची कारणे

अपेक्षा ठेवणे चूक की बरोबर?

प्रीती ही एक स्वतंत्र विचारांची मुलगी होती. नोकरीच्या निमित्ताने घरापासून लांब राहायला लागल्याने ती लवकर स्वावलंबी झाली. या प्रवासात अनेक अडचणींना आणि संकटांना तिलाही तोंड द्यावे लागले; पण आई-वडिलांना त्रास न देता शक्यतोवर स्वत:च्या अडचणी स्वत: सोडवण्यावर तिचा भर असे.

त्यामुळे 'एक खंबीर मुलगी' म्हणून तिची ओळख बनली. 'प्रीतीला काहीच प्रॉब्लेम नाही, तिला काय कमी आहे?' या पूर्वग्रहामुळे कोणीही तिच्याबद्दल, तिच्या भावनांबद्दल जाणून घेतले नाही आणि विचारलेही नाही. प्रत्येकाची अपेक्षा प्रीती पूर्ण करत गेली, पण तिच्या अपेक्षांच काय?

कालांतराने ओजस नावाच्या मुलाशी तिचे लग्न झाले आणि ती सासरी राहायला गेली. हळूहळू तिच्या असे लक्षात आले की, तिचा नवरा ओजस हा खूपच खुशालचेंडू स्वभावाचा आणि अत्यंत लाडावलेला मुलगा आहे. ज्या जबाबदाऱ्या, कामे प्रीती लग्नाआधीपासून अगदी सहजपणे पार पाडत असे, त्या प्रकारची कामे, जबाबदाऱ्या सासरी तिच्या नवऱ्यापर्यंत पोहोचतही नसत. त्याआधीच घरातील वडीलधारे लोक ती कामे त्यांच्या वतीने पार पाडत. प्रीतीला या गोष्टीचे नवल वाटे. ओजसने जबाबदारीने वागावे अशी प्रीतीची अपेक्षा होती. शिवाय, आपल्याला अशी कोणाचीच कधीच मदत झाली नाही असेही वाटे. कुठेतरी तिच्या मनामध्ये सुप्त ईर्षाही निर्माण झाली आणि तिची चिडचिड होऊ लागली. प्रीती सतत चिडचिड का करते, हे ओजसच्या लक्षात येईना. त्याला वाटे की, प्रीतीने आता आनंदी, खूश राहावे. लग्नाआधीसारख्या तिच्यावर आता काहीच जबाबदाऱ्या नाहीत. तरीही ती असमाधानी का? प्रीतीने खूश राहावे, आयुष्य छान मजेत जगावे, या अपेक्षा ओजस करू लागला. दोघांच्याही अपेक्षा त्यांच्या ठिकाणी रास्तच होत्या. मग कोणाची अपेक्षा चूक आणि कोणाची बरोबर? मुळातच अपेक्षा करणे चूक आहे का?

खरे तर, निरपेक्ष राहणे अगदी कमी लोकांनाच जमते. शिवाय प्रत्येक माणूस आयुष्यात विविध प्रकारच्या नात्यांमध्ये बांधला गेलेला असतो. वैयक्तिक, कौटुंबिक, सामाजिक, व्यावसायिक अशा सगळ्याच प्रकारच्या नात्यांत अपेक्षा असतातच. कधी या अपेक्षा जाणीवपूर्वक केलेल्या असतात, तर कधी या नकळतपणे आलेल्या असतात.

साधे उदाहरण म्हणजे, लहान बाळाला आपण खाऊ दिला, तर त्याने खूश व्हावे, किमान हसावे ही अपेक्षा नकळतपणे आपणही करतोच, नाही का?

एखाद्याला अडचणीच्या वेळी आपण काही मदत केली, तर आपल्याही गरजेला त्याने उपयोगी पडावे, ही अपेक्षा अनेकांच्या मनात येतेच.

मात्र अपेक्षा पूर्ण झाली नाही की संघर्ष निर्माण होतो. तो संघर्ष मिटविण्यासाठी आपण परत अपेक्षांच्या एका चक्रात अडकतो. हे टाळण्यासाठी आधी 'अपेक्षा' आणि 'अपेक्षापूर्तीचा संघर्ष' यातील फरक समजून घेणे अत्यावश्यक आहे.

अपेक्षा

'अपेक्षा' असणे पूर्णपणे नैसर्गिक आणि स्वाभाविक आहे. मात्र अपेक्षांमुळे नाती जशी घट्ट होतात, तशीच ती तुटतातही याचे भान ठेवायला हवे. एकमेकांच्या अपेक्षा समजून घेऊन पूर्ण केल्याने नात्यातील गोडवा, प्रेम टिकून राहते.

अपेक्षापूर्तीचा संघर्ष

आपल्या काही अपेक्षा पूर्ण व्हायलाच हव्या, ही एक 'सक्तीची गरज' बनते, तेव्हा संघर्ष निर्माण होतो.

लक्षात ठेवा!

अपेक्षा करणे चूक नाही; पण त्याची पूर्ती जेव्हा सक्तीची गरज बनते, तेव्हा संघर्ष अनिवार्य होतो.

तुलना आणि अपेक्षापूर्तीचा संघर्ष

अपेक्षापूर्तीचा संघर्ष का निर्माण होतो हे जाणून घ्यायचे असेल, तर आधी या संघर्षाचा उगम शोधायला लागेल.

अपेक्षांचे अनेक उगम असतात. त्यांपैकी पहिला उगम आहे तुलना!

'लोकांकडे जे आहे ते आपल्यापेक्षा चांगलेच आहे आणि ते मलाही हवे.'

'मी आधीसारखा का नाही राहिलो?'

'मला अमुक व्यक्तीएवढे यश का नाही मिळत?' अशा अनेक अपेक्षा घेऊन आपण जगत असतो.

आपण एखादे ध्येय ठरवून ते साध्य करण्यासाठी प्रयत्न केले, तर त्याने आत्मबळ वाढते, पण तुलना अपेक्षा वाढवते. तुलना आपल्या मानसिक स्वास्थ्यासाठी हानिकारक आहे. तुलना केल्यामुळे अपेक्षा वाढतात. त्यातूनच संघर्ष निर्माण होतो. ही तुलना लहानांपासून मोठ्यापर्यंत सर्वत्र पाहायला मिळते.

एखाद्या मित्राप्रमाणे किंवा मैत्रिणीप्रमाणे आपल्याकडेही कपडे, वस्तू असाव्यात, ही अपेक्षा तुलनेतूनच येते. बऱ्याचदा घरातील, नात्यातील मोठे लोक लहान मुलांची तुलना इतरांबरोबर करतात. यामुळे अशा मुलांच्या मनात लहानपणापासूनच एक संघर्ष चालू होतो. ही तुलना कधी मोठ्या भावंडाबरोबर, कधी मित्रमैत्रिणींबरोबर, कधी शेजारी-सहकारी अशांबरोबर असते. वयाने मोठी माणसेही एकमेकांबरोबर तुलना करत असतात. अगदी स्वयंपाकघरातील वस्तूंपासून ते घर, पैशांची गुंतवणूक इथपर्यंत!

अपेक्षापूर्तीच्या संघर्षाचे परिणाम

१ **असमाधान**

'दुसऱ्याचं तेच चांगलं' ही भावना कायम मनाशी बाळगल्यामुळे एक असमाधानी वृत्ती निर्माण होते. जे आयुष्यात करायला जमले नाही, मिळाले नाही, त्यावर दीर्घ काळ विचार केल्यामुळे जे चांगले आहे, त्यावर लक्ष केंद्रित करता येत नाही. परिणामी, सतत तक्रारी करण्याचा स्वभाव बनतो. आत्मबळ कमी होते आणि वर्तमानात काही चांगले करण्याची मानसिकता आणि इच्छा नष्ट होते. असमाधान संघर्ष निर्माण करतो.

२ **तुलना आणि आदर्श यांतील गफलत**

कुणा व्यक्तीचा किंवा ध्येयाचा आदर्श असणे कायमच प्रेरणा देते. पण त्याबरोबर तुलना करून आपण गफलत करतो. आदर्श ठेवणे आणि त्यानुसार प्रयत्न करणे प्रगतीच्या दिशेने नेते. पण तुलना केली की, आपणच आपली क्षमता कमकुवत करतो. कारण तुलनेमध्ये यशाच्या मार्गाचे, विचारांचे नकळत अंधानुकरण होते. तुलना करून आदर्श ठरवला, तर त्यामुळे निराशा आणि अपेक्षापूर्तीचा संघर्ष पदरी पडतो.

३ ईर्षा

एखाद्या व्यक्तीच्या संपूर्ण जीवनातला केवळ एखादा भाग पाहणे आणि त्याची तुलना करणे व्यर्थ आणि चुकीचे आहे. तुलना केल्याने ईर्षा निर्माण होते आणि त्याने स्वत:चेच नुकसान होते. तसेच, आपल्यात काय गुण आहेत आणि ते आपण कसे सत्कारणी लावू शकतो, याचा विसर पडतो.

तुलनेतून आलेली ईर्षा आपल्यातील वेगळेपण हिरावून घेते. थोड्या प्रमाणातील ईर्षा प्रगतीसाठी उपयुक्तही ठरतेही; पण अधिक प्रमाणात तुलना आणि ईर्षा तुमच्या प्रगतीला बाधक ठरते. तुमच्यातील चांगल्या गुणांचा यामुळे नाश होतो.

४ अवास्तव अपेक्षांचा भ्रम

आपण जितकी जास्त तुलना करतो, तितके आपण स्व-जागरूकतेपासून दूर राहतो. सारासार विचार न करता स्वत:कडून आणि इतरांकडून अवास्तव अपेक्षा बाळगत राहतो. हा अपेक्षांचा भ्रम असतो. हाच भ्रम तुम्हाला तुमच्यापासून दूर ठेवतो आणि आयुष्याचे खरे स्वरूप दिसत नाही. आपण अवास्तव अपेक्षांची परिभाषा बनवतो आणि तीच सर्वांनी पूर्ण करावी, हा अट्टाहासदेखील नकळत धरतो. बऱ्याचदा हा भ्रम इतरांना कमी लेखायला भाग पाडतो.

५ स्वत:ला सिद्ध करायची धडपड

खासगी किंवा व्यावसायिक आयुष्यातील एखाद्या महत्त्वाच्या व्यक्तीकडून दुसऱ्याचे कौतुक झाले, तर 'माझे कौतुक का होत नाही' हा संघर्ष निर्माण होतो. त्या व्यक्तीला अवास्तव महत्त्व दिल्याने त्याच्यासमोर आपली क्षमता सिद्ध करायची धडपड सुरू होते. कधी-कधी ती इतकी होते की, आपल्याकडे इतर चांगले गुण आहेत हे आपण विसरतो. आपण आपल्या आत्मविश्वासाची किल्ली जणू त्या व्यक्तीच्या हातात देतो. स्वत:वरील अविश्वास तुम्हाला तुलना करायला भाग पाडतो.

लक्षात ठेवा!

तुलना आपल्यातील उत्तम गुणांचा नाश करते. त्यामुळे स्वत:ला आनंदाने स्वीकारून आपल्यातील चांगले गुण सत्कारणी लावणे, जास्त आवश्यक आहे.

अपेक्षापूर्तींच्या संघर्षापासून स्वत:ला दूर कसे ठेवता येईल, त्यापासून सुटका कशी मिळेल याची चर्चा आपण या प्रकरणात करणार आहोत.

तुलनेपासून मुक्तता

प्रत्येक माणसात काही ना काही गुण-दोष असतातच. पण तुलना केल्यामुळे ईर्षा निर्माण होते आणि ईर्षेमुळे आपण स्वत:तील गुणांकडे दुर्लक्ष करतो आणि दुसऱ्यांचे अंधानुकरण करतो. याचे एक उदाहरण पाहू.

अपर्णा एका खासगी कंपनीमध्ये मॅनेजर म्हणून काम करत होती. तिच्या घरीही सर्व सुखसोयी तिने करून घेतल्या होत्या. एकूणच सगळे चांगले होते. मात्र दुसऱ्यांबद्दलच्या कोणत्याही सकारात्मक बातमीने ती अस्वस्थ होत असे. त्यांना मिळते ते आपल्याला का नाही मिळत, असे तिला वाटे. तिचे घरचे लोक, सहकारी यांनी तिच्या मनाप्रमाणे वागून पाहिले, तिला खूप समजावलेही. पण तिची एक अपेक्षा पूर्ण झाली की, लगेच दुसरी मनात यायचीच. यामुळे ती कायम असमाधानी आणि चिडचिडी असायची.

एक दिवस तिच्या ऑफिसमध्ये एक नवी महिला रुजू झाली. ती नेहमी आनंदी, समाधानी दिसायची. सर्वांशी हसून-खेळून वागायची, बोलायची. अपर्णाला तिचे फार नवल वाटायचे.

एक दिवस तिने विचारले, ''तुम्ही नेहमी इतक्या आनंदी कशा असता?''

ती नवी सहकारी महिला म्हणाली, ''काही वर्षांपूर्वी माझा अपघात

झाला आणि त्यानंतर जवळपास तीन वर्षं मी रुग्णालयात होते. मला चालता-बोलता येत नव्हतं. आयुष्यातल्या बऱ्याच गोष्टींची किंमत मला त्या काळात कळली. दुखण्यातून बरी होऊन आज मी इथपर्यंत पोहोचले, हे माझ्यासाठी खूप महत्त्वाचं आहे. खरं तर इथे आल्यापासून मीसुद्धा तुमचं निरीक्षण करत होते. तुमच्यासारखे जबाबदारीचे पद, काम करण्याची कला आपल्याकडेही असावी, असं तुम्हाला पाहून मला वाटलं. मी कष्ट करून, मेहनत घेऊन तुमच्यासारखं होण्याचा नक्की प्रयत्न करेन." हे ऐकून अपर्णा चमकली.

आपले आयुष्य किती सुंदर आहे हे तिला नव्याने जाणवले. तसेच आपल्याकडे जे आहे, ते कदाचित आपल्यासाठी नगण्य असते; पण इतरांच्या नजरेत मात्र ते एक स्वप्न असू शकते, हे तिला पटले. त्यानंतर अपर्णा पूर्ण बदलली. ती खूप आनंदी आणि समाधानी राहू लागली.

आपल्याकडे असलेल्या गोष्टींची तिला नव्याने किंमत कळली. तुलना न करताही तिला आता हव्या त्या सर्व गोष्टी मिळाल्या.

तुलनेचा चक्रव्यूह भेदणे

१ **कृतज्ञता**

आपल्याकडे जे चांगले आहे, त्याचा नेहमी विचार करावा. तरच आपल्याला त्या गोष्टींची किंमत कळते आणि आपल्याकडे किती आहे, याची जाणीव होते. जे आहे त्याबद्दल नेहमी कृतज्ञ असावे. परिणामी तुलना करायची पाळीच येत नाही आणि अधिक कार्यक्षमतेने आपण काम करू शकतो.

२ **आत्मविश्वास**

आपल्याकडे जे आहे त्यात समाधानी राहून, जे हवे आहे, त्याकडे आत्मविश्वासाने वाटचाल सुरू ठेवावी. कोणासारखे तरी होण्यापेक्षा स्वत:ला अधिक प्रगल्भ कसे करता येईल, या विचाराने आत्मविश्वास वाढतो.

३ स्वत:मधील भावनिक ब्लॉक

इतरांचे यश पाहून आपल्याला त्याबद्दल आनंद न होण्यामागचे काय कारण आहे, हे शोधावे आणि ते घालवण्याचा प्रयत्न करावा. भावनिक ब्लॉक शोधून तो मुळापासून कमी करण्याचा अथवा घालवण्याचा प्रयत्न करावा. एकदा हे ब्लॉक नाहीसे झाले, की दुसऱ्याच्या यशाचा निर्भेळ आनंद तुम्हालाही मिळू शकेल.

४ स्वत:साठी ध्येय बाळगा

इतरांबरोबर तुलना करून स्वत:ला सिद्ध करण्याऐवजी आपल्या प्रगतीसाठी काय महत्त्वाचे आहे, हे ओळखून तेच ध्येय ठेवा. प्रत्येकाची परिस्थिती, क्षमता वेगळ्या असतात. त्यामुळे तुलनेतून आलेल्या ध्येयाने अपेक्षाभंग होतो. आपल्या प्रगतीला पूरक असेच आपले ध्येय असले पाहिजे.

लक्षात ठेवा

स्वत:शीच केलेली तुलना तुम्हाला प्रगतीपथाकडे नेईल मात्र इतरांशी तुलना तुमचा अपेक्षाभंग करेल.

अंधविश्वास आणि अपेक्षा

अपेक्षा आणि अपेक्षाभंग या चक्रामध्ये आपला वेळ तर वाया जातोच, पण विचारांची दिशाही भरकटते. अपेक्षांची पूर्ती न झाल्यामुळे कधी स्वत:ला, तर कधी दुसऱ्याला दोष देण्याची वृत्ती, असमाधान यांसारखी अनेक आव्हाने येत राहतात.

तुलनेप्रमाणेच अपेक्षाभंगामागील आणखी एक उगम म्हणजे अंधविश्वास! या अंधविश्वासाचे अनेक पैलू आहेत.

कधी स्वत:वरचा अंधविश्वास, कधी जवळच्या लोकांवरील अंधविश्वास, कधी ऐकीव गोष्टींवरचा अंधविश्वास. थोडे बारकाईने पाहिले, तर स्वत:च्या विचारांवरही हा अंधविश्वास दिसतो. तुम्ही या अंधविश्वासात जगत आहात का, हे तपासून पाहा.

आत्मपरीक्षण करा

१ मला कायम दुसऱ्यांचे विचार, धोरण, अपेक्षा चुकीच्या वाटतात का?

२ मला कायम माझेच, माझ्यासारखेच आणि मला पटणारेच विचार योग्य वाटतात का?

३ मला सतत कोणीतरी महत्त्व द्यावे असे वाटते का?

४ मला कधीच, कोणीच समजून घेत नाही असे वाटते का?

५ मला कायम दुसऱ्यांनीच बदलावे असे वाटते का?

या प्रश्नांची उत्तरे 'हो' अशी असतील, तर नक्कीच तुम्ही कोणत्यातरी अंधविश्वासामध्ये जगत आहात. या सर्व प्रश्नांमधले 'कधीच', 'कायम' हे शब्द अतिरेक दर्शवतात.

सतत दुसऱ्यांना दोष देण्याची वृत्ती हा अंधविश्वास निर्माण करतो. परिणामी, आपण कधीतरी चुकू शकतो, वेगळे विचारही बरोबर असू शकतात हे लक्षात येत नाही आणि दुसऱ्यांकडून अपेक्षा वाढत जातात. समोरच्याने अपेक्षा पूर्ण करण्याचा कितीही प्रयत्न केला, तरी कुठेतरी ते कमीच पडतात असे वाटते. हा अंधविश्वास दूर करण्यासाठी 'स्व-जागरूकता' महत्त्वाची असते.

अंधविश्वास दूर करण्याचे उपाय

१ स्वतःशी प्रामाणिक राहा

जेव्हा आपण आपल्या क्षमतेचा काळजीपूर्वक विचार करतो, तेव्हा आपण आपल्या मर्यादा ओळखण्यास सुरुवात करतो. कधी आपण चुकलो असे वाटले, तर ते प्रामाणिकपणे स्वीकारा. क्षमता ओळखून ती प्रथम स्वीकारणे हेच अंधविश्वास सोडून आत्मविश्वासाकडे जाण्याच्या वाटचालीतले पहिले पाऊल आहे.

२ **इतरांचे विश्व स्वीकारा**

तुमचे विश्व हे तुमचे विचार, पूर्वानुभव, तुमची मते, तुमच्या भावना आणि तुमचा दृष्टिकोन यांनी बनलेले असते. तुमच्यासारखेच इतरांचेही विश्व असते. त्यांचे विचार, पूर्वानुभव, त्यांची मते, त्यांच्या भावना आणि दृष्टिकोन तुमच्यापेक्षा वेगळे असू शकतात हे स्वीकारले पाहिजे. यामुळे अपेक्षाही योग्य होतील. अंधविश्वास आणि आत्मविश्वास यांतील हाच फरक आहे.

३ **काल्पनिक जग आणि वास्तव याचे भान**

आदर्शाचा अतिरेकसुद्धा अपेक्षाभंग करतो. काल्पनिक जग किंवा काल्पनिक आदर्श समोर ठेवल्याने आपण वास्तवापासून खूप लांब जातो. त्यापेक्षा कोणतीही परिस्थिती 'आहे तशी' पाहणे आणि ती स्वीकारण्यासाठी आपण काय करायला हवे, याचा विचार अधिक समाधानकारक ठरतो.

४ **ऐकणे आणि बोलणे यांतील समतोल**

स्वत:वरील अंधविश्वास हा तुम्हाला 'अधिक बोलणारी' आणि 'दुसऱ्याचे कमी ऐकणारी' व्यक्ती बनवतो. 'शेवटचा शब्द माझा असावा' ही गरज इतकी दृढ होते की समोरच्याचे पूर्णपणे ऐकून घेण्याची स्वत:ची क्षमता नाहीशी होते. परिणामी, अपेक्षासुद्धा बोलल्या जातात, ऐकल्या जात नाहीत. एकमेकांच्या अपेक्षांच्या व्याख्या जाणून घेण्यासाठी ऐकणे आणि बोलणे, यांतील समतोल महत्त्वाचा असतो.

हे मुद्दे तुम्हाला स्वत:च्या आणि इतरांच्या अपेक्षा अधिक चांगल्या रीतीने हाताळण्यासाठी उपयुक्त ठरतील.

लक्षात ठेवा!

अंधविश्वास बाजूला ठेवून तुम्ही जितक्या लवकर दुसऱ्याचे जग स्वीकाराल, तितके लवकर तुमचेही जग स्वीकारले जाईल आणि अपेक्षाभंग होणार नाही.

अपेक्षाभंगावरील उपाय

रेश्मा तिच्या ऑफिसमध्ये अनेक जबाबदाऱ्या उत्तमरीत्या सांभाळत होती. एक दिवस तिला तिच्या टीमचे मूल्यांकन करायचे होते. रेश्मा मॅनेजर असल्यामुळे तिने सर्वांना त्यांच्या कामगिरीबद्दलचे अभिप्राय आणि अपेक्षा सांगणे आवश्यक होते. त्यासाठी तिने एकेक करून टीम मेंबर्सशी चर्चा केली आणि त्यांच्या कामाचे मूल्यांकन आणि अभिप्राय दिला. तिने अभिप्राय खूप छान दिले, पण अपेक्षा मात्र तिला स्पष्टपणे सांगता आल्या नाहीत. परिणामी, पूर्ण आणि स्पष्ट अपेक्षा न कळल्याने टीम मेंबर्स त्यांच्या मतानुसार अपेक्षांची व्याख्या बनवत गेले.

असेच एक वर्ष गेले. एक दिवस रेश्माच्या वरिष्ठांनी रेश्माला बोलवून तिच्या टीमच्या कामगिरीबद्दल नाराजी व्यक्त केली आणि काही सुधारणा अपेक्षित आहेत असे सांगितले. त्यावर रेश्मा पटकन म्हणाली, 'कृपया तुम्ही तुमच्या अपेक्षा मला स्पष्टपणे सांगितल्यात, तर मला नक्की काय करायचंय ते समजेल.'

हे सांगितल्यावर तिला अचानक काहीतरी जाणवले. 'आपणही टीमला आपल्या अपेक्षा व्याख्येसहित स्पष्टपणे सांगण्यात कमी पडलो का?' रेश्माला उत्तर मिळाले होते.

तिने लगेच टीमची मीटिंग घेतली आणि त्यांच्याकडून तिला काय अभिप्रेत आहे त्या अपेक्षा 'व्याख्येसहित' स्पष्ट लिहून दिल्या. त्या टीमपर्यंत व्यवस्थित पोहोचल्याची खात्री करून घेतली. परिणामी सर्व जणांनी उत्तम काम केले आणि त्यांना आणि रेश्मालाही त्यांच्या क्षमतेची पोचपावती वरिष्ठांकडून मिळाली.

रेश्मासारखे आपणही बऱ्याचदा करतो. इतरांनी आपल्या अपेक्षा पूर्ण कराव्यात असे आपल्याला वाटते आणि त्या अपेक्षांची व्याख्याही आपल्यासारखीच असावी असेही वाटते. यातून निर्माण झालेला अपेक्षापूर्तीचा संघर्ष विनाकारण मनस्ताप देतो.

अपेक्षाभंग का होतो? अपेक्षापूर्तीचा संघर्ष कसा सुरू होतो? यानंतर आता या अपेक्षाभंगावर उपाय करणे आवश्यक असते. यावर पुढील मुद्दे उपयुक्त ठरतील.

१ **वैचारिक स्पष्टता**

वैचारिक स्पष्टता, यालाच thinking clarity म्हणतात. अपेक्षा करणे आणि ती व्यक्त करणे ही एक क्रिया आहे. ती क्रिया जर यशस्वी व्हावी असे वाटत असेल, तर त्याबद्दलची वैचारिक स्पष्टता असायला हवी. अपेक्षांचा उगम आणि त्याची व्याख्या आधी आपल्या अंतर्मनामध्ये स्पष्ट झाली की, क्रियांमध्ये ती आपोआप येते.

२ **अपेक्षांची व्याख्या**

नुसती अपेक्षा न सांगता त्याचे स्वरूप किंवा व्याख्या सांगणे महत्त्वाचे असते. उदाहरणार्थ, आपण बऱ्याचदा 'इतरांनी चांगले वागावे' ही अपेक्षा करतो. पण 'चांगले' म्हणजे नक्की काय याची व्याख्या सांगणे आवश्यक असते. नाहीतर इतर लोक त्यांच्या व्याख्येप्रमाणे 'चांगले' वागतीलही, पण तुम्हाला तसे वाटणार नाही. इतर लोकांच्याही तुमच्याकडून काही अपेक्षा असतील. तुम्हीसुद्धा त्या अपेक्षांच्या व्याख्या त्यांच्याकडून स्पष्ट समजून घ्या.

३ **पॅटर्न ओळखा**

असे म्हणतात की, 'झोपेचे सोंग घेणाऱ्यांना जागे करता येत नाही.' तुम्ही कितीही स्पष्ट व्याख्येसहित अपेक्षा दिल्या, तरी त्या पूर्ण होतीलच असे नाही. समोरच्या व्यक्तीला ती पूर्ण करायची इच्छा आणि काही कारणास्तव तयारी नसेल, तर हा 'पॅटर्न' ओळखणे आवश्यक आहे. एकदा पॅटर्न लक्षात आला की, अपेक्षांवर किती ऊर्जा आणि वेळ घालवायचा हे तुमच्या हातात आहे.

४ **स्वीकार अपेक्षाभंगाचा**

कित्येकदा काही व्यक्ती काहीही झाले तरी तुमच्या अपेक्षा पूर्ण करत नाहीत. तसेच स्वतःमध्ये सुधारणाही करत नाहीत. अशा वेळी त्याचा स्वीकार करणे आणि पुढील निर्णय घेणे हाच उत्तम मार्ग. एका मर्यादेनंतर

तुम्ही अपेक्षा पूर्ण होतील या आशेवर राहिलात, तर फक्त तुमचा वेळ आणि ऊर्जा वाया जाते. असलेली परिस्थिती तशीच स्वीकारून पुढे वाटचाल करणे, हा पर्याय प्रगतीला पूरक ठरतो.

५ **सर्व उत्तरे जाणून घेण्याचा संघर्ष**

अपेक्षापूर्तीसाठी तुमची जबादारी मर्यादित असते. तुम्ही कितीही प्रामाणिकपणे अपेक्षा सांगितली, तरी कधी-कधी ती विनाकारण अपूर्ण राहते. अशा वेळी ते स्वीकारण्याआधी 'आपले कुठे चुकले?', 'समोरची व्यक्ती अशी का वागली?' हे प्रश्न पडतात. परंतु प्रत्येक वेळी तुम्हाला त्याचे उत्तर मिळेलच असे नाही. सर्व उत्तरे जाणून घेण्याचा प्रयत्न अवश्य करावा; परंतु तो एका मर्यादेनंतर संघर्ष बनतो आणि तुमची शांतता भंग करतो. त्यामुळे हा संघर्ष टाळून पुढे जाणे हाच उत्तम पर्याय आहे.

लक्षात ठेवा!

अपेक्षा पूर्ण करण्याची तुमची जबाबदारी मर्यादित असते. समोरची व्यक्ती ती जबाबदारी उचलत नसेल, तर कोणताही पूर्वग्रह न बाळगता आहे तसे 'सोडून द्यावे' आणि पुढे जात राहावे!

◆◆◆

- स्वप्न आणि ध्येय यांतील फरक
- ध्येय ठरवताय? मग हे तपासाच!
- यशाचा आणि आनंदाचा समतोल
- ध्येयाचे स्पष्ट स्वरूप
- ध्येयप्राप्तीच्या मार्गावरचे प्रगतिदर्शक
- थोडे स्वार्थी व्हा!
- यशस्वी व्हायचे आहे? सवयी बदला!
- व्यवस्थितपणा महत्त्वाचा गुण
- स्व-परिवर्तनाचे तीन चरण

१८

स्वप्न आणि ध्येय यांतील फरक

ईशाने शाळेत असताना एक चित्रपट पाहिला होता. त्या चित्रपटामधील डॉक्टर ही व्यक्तिरेखा तिला खूप भावली. त्या व्यक्तिरेखेचा ईशावर एवढा प्रभाव पडला, की तिला स्वत:लाही डॉक्टर व्हावेसे वाटू लागले. डॉक्टर होण्याचे आपले स्वप्न पूर्ण करण्यासाठी तिने कॉलेजमध्ये विज्ञान विषय घेतला. तिच्या मैत्रिणीने कला शाखा निवडली होती. कला शाखेतील अभ्यासाबरोबरच मैत्रिणीचे सांस्कृतिक, संगीत, नृत्य असे विविध प्रकारचे कार्यक्रम सुरू होते. हे पाहून ईशाला पण कला शाखेत जावे असे वाटले. पण आता उशीर झाला होता. डॉक्टर होण्याचे ईशाचे स्वप्नही पुढे प्रत्यक्षात आले नाही. विज्ञान विषयामध्ये पदवी मिळाल्यानंतर तिने इव्हेंट मॅनेजमेंटचा एक कोर्स केलाही. पण काही कारणास्तव तिला ते जमले नाही.

असेच काही दिवस गेले. ईशा रोज वेगवेगळ्या गोष्टींनी प्रभावित होऊन नवीन स्वप्न पाहायची आणि त्यालाच ध्येय मानायची. परिणामी, तिचे कुठेच पूर्ण लक्ष केंद्रित होत नव्हते. आता तिला सारखे वाटू लागले की, 'माझे कोणतेच स्वप्न पूर्ण का होत नाही?'

आपल्यापैकी अनेकांच्या बाबतीतही असे घडते. आपण स्वप्न पाहतो. त्यालाच ध्येय ठरवून त्या दिशेने वाटचालही सुरू करतो. पण लवकरच त्यातील उत्साह मावळतो. ज्या गोष्टींकडे पाहून ते स्वप्न पाहिलेले असते, त्या गोष्टी पूर्वीइतक्या हव्याहव्याशा वाटत नाहीत. असे का होते?

एखाद्या गोष्टीचा सर्व बाजूंनी सारासार विचार न करता आपण स्वप्नांनाच ध्येय मानायला लागतो, तेव्हा असे होते.

ध्येय ठरवण्याआधी स्वतःला प्रश्न विचारा

१ काही काळानंतर हातचे काम सोडून काहीतरी वेगळे करावे असे मला नेहमी वाटते का?

२ हाती घेतलेल्या कामात मला लगेच कंटाळा येतो किंवा त्या कामातला उत्साह संपतो, असे होते का?

३ ज्या गोष्टींची मला आधी नितांत गरज वाटते, ती गरज नंतर कमी होते का?

४ मला आयुष्यात ध्येय ठरवायचे आहे का? की, इतर लोकांची स्वप्न असतात, ध्येय असतात म्हणून माझेही असावे असे मला वाटते?

ध्येयपूर्तीकडे वाटचाल करण्याआधी हे काही मूलभूत प्रश्न आपण स्वतःला विचारावे. स्वप्न आणि ध्येय यांतील फरक यांमुळे लक्षात यायला मदत होते.

लक्षात ठेवा!

स्वप्न प्रेरणा देते; पण वैचारिक स्पष्टता ध्येयपूर्तीकडे नेते.

◆◆◆

१९

ध्येय ठरवताय? मग हे तपासाच!

ध्येय ठरवण्याआधी ध्येय म्हणजे नक्की काय?, मला ध्येय का ठरवायला हवे?, माझे ध्येय काय आहे? हे प्रश्न अधिक महत्त्वाचे.

आपण एखाद्या ट्रिपची पूर्वतयारी करतो. कधी प्लॅन अपेक्षेपेक्षा चांगला अंमलात आणला जातो, तर कधी कमी. ध्येयाचे गणित मात्र थोडे वेगळे असते.

आपण स्वप्नात एक काल्पनिक जग पाहतो, ज्यामध्ये आपल्या सर्व इच्छा, आकांक्षा पूर्ण होताना दिसू लागतात. खूप प्रेरित होऊन आपण स्वप्नाला पूर्ण करण्यासाठी एक ध्येय ठरवतो. प्रत्येक मार्गामध्ये काही प्रगतीदर्शक किंवा मापदंड ठेवतो.

उदाहरणार्थ, व्यवसायात उतरलेली व्यक्ती यशस्वी होण्याचे काही मापदंड ठरवून वाटचाल सुरू करते. हे मापदंड पूर्ण करण्यासाठी लागणाऱ्या संसाधनांचा (Resources) विचार येतो. काही आपल्याकडे असतात, तर काही नसतात. बऱ्याचदा संसाधने नाहीत म्हणून ध्येय बदलले जाते किंवा मधूनच सोडून दिले जाते.

कधी संसाधने, तर कधी अनुभव अथवा आणखी काही. अशा बऱ्याच अडचणी दिसताच ध्येय मधूनच सोडून दिले जाते आणि एक प्रकारची निराशा येते.

ध्येयासाठी काय कराल?

१ ध्येयाचा हेतू (Purpose)

आपल्या ध्येयाचा हेतू जाणून घेणे गरजेचे आहे. आपण जे ध्येय ठरवले आहे, ते आपण का ठरवले आहे हा पहिला प्रश्न विचारावा. कोणीतरी ठरवले आहे म्हणून? सगळे ठरवतात म्हणून? की मला खरेच काहीतरी बदलायचे आहे म्हणून? हेतू स्पष्ट झाला की विचारात स्पष्टता येते.

२ **ध्येयासाठी लागणारी मानसिकता (Mindset)**

ध्येय ठरवताना नकारात्मक किंवा इतरांना दोष देण्याची मानसिकता असेल, तर ध्येयाचे परिणामही नकारात्मक मिळतात. ध्येयासाठी लागणारी योग्य मानसिकता कोणती आणि ती आपल्याकडे आहे का, हे तपासावे.

३ **स्वतःला बदलण्याची तयारी (Change)**

ध्येय ठरवल्यावर स्वतःमध्ये बदल करावे लागू शकतात. काहींना अगदी विचारांतील बदलही नको असतो. ध्येयप्राप्तीसाठी स्वतःत कोणते बदल हवे आहेत आणि त्याला आपली तयारी आहे का, याचा विचार करावा.

४ **आपली वचनबद्धता (Commitment)**

ध्येय ठरवले की, धरसोड करणे योग्य नाही. आपण आपल्या ध्येयासाठी किती वचनबद्ध आहोत, हे तपासावे. त्यासाठी लागणारी मानसिकता आणि कष्ट करण्याची तयारी असावी. आत्ता नसली, तरी ही तयारी आपण करू शकतो का, याची स्पष्टता घ्यावी.

५ **संयम आणि सहनशीलता (Patience and Resilience)**

आज ध्येय ठरवले म्हणजे उद्या लगेच ते साध्य होईल, असे नाही. मनाप्रमाणे झाले नाही, तर आपण कशी प्रतिक्रिया देतो? याचा विचार करा. ध्येय गाठण्यासाठी लागणारा संयम आणि सहनशीलता आपल्यामध्ये आहे का, हे तपासणे अत्यंत गरजेचे आहे. जर ती सहनशीलता आपल्यात नसली, तर आपल्यात ती कशी आणावी याचा विचार करावा.

लक्षात ठेवा!

ध्येयपूर्ती ही हिमनगासारखी असते. पाण्यावरचे टोक सर्वांना दिसते, पण पाण्याखाली असते ती स्व-जागरूकता, स्व-परिवर्तनासाठी घेतलेले निर्णय, कष्ट आणि स्वतःमध्ये केलेला बदल.

◆◆◆

२०

यशाचा आणि आनंदाचा समतोल

साहिल, ३५ वर्षांचा एक तरुण उद्योजक. लहान वयात त्याने स्वत:चा व्यवसाय सुरू केला. त्यात तो यशस्वीदेखील झाला. कष्ट करून मिळवलेले यश टिकविण्याचा, त्यात आणखी भर घालण्याचा आणि योग्य गुंतवणुकीचा विचार त्याच्या मनात सतत असायचा. त्याला अनेक पुरस्कार मिळाले. लहान वयात उल्लेखनीय कारकिर्द असल्यामुळे तो आता कायम यशस्वी लोकांच्या यादीत गणला जायचा. अनेक तरुणांसाठी तो आदर्श होता.

एके दिवशी त्याच्या वाढदिवसानिमित्त त्याचा मित्रपरिवार घरी जमला होता. सर्वांकडून शुभेच्छांचा, कौतुकाचा आणि अभिनंदनाचा वर्षाव होत होता. नंतर एक खेळ खेळायचे ठरले. समोर काही चिठ्ठ्या ठेवल्या होत्या. त्यांपैकी एक उचलून, त्यात लिहिले आहे तसे करायचे असा खेळ होता. साहिलने चिठ्ठी उचलली. त्यात लिहिले होते की 'तुम्हाला ज्यातून आनंद मिळाला अशा दहा गोष्टी आणि तुम्हाला यश मिळालेल्या दहा गोष्टी सांगा.'

त्याने तेव्हा बरेच काही सांगितले. पण त्याचे विचारचक्र सुरू झाले. त्याच विचारांत तो रात्री थोडा अस्वस्थ होऊनच झोपी गेला. दुसऱ्या दिवसापासून तो थोडा बदलल्यासारखा वाटला. त्याचे मन कशातच रमेनासे झाले. त्याला एक प्रकारचा थकवा आला होता. नक्की काय होत आहे हे कळत नव्हते. मनात प्रश्न मात्र अनेक होते.

मला आनंद नक्की कशाने मिळतो?
यश मिळाले म्हणजे आनंद मिळतो का?
की आनंदाने यश मिळते?
यश आणि आनंद वेगळे आहेत का?
आनंद आणि यशाच्या निरनिराळ्या गोष्टी मी का सांगू नाही शकलो?

साहिलसारखे प्रश्न आपल्यालाही कधी ना कधी पडले असतील. यश म्हणजे नक्की काय? आनंद म्हणजे नक्की काय? यांचा परस्पर जवळचा संबंध असला, तरी ते एक नक्कीच नाही. कारण आनंदी असलेले लोक यशस्वी असतीलच असे नाही आणि यशस्वी असलेले लोक आनंदी असतीलच असेही नाही. त्याचमुळे या दोन्हींत थोडी गफलत होते. बऱ्याचदा एखाद्याच्या यशापयशावरच आनंदाचे मोजमाप केले जाते. अनेकांसाठी आयुष्यात आनंदाच्या तुलनेत यशाला बरेच वरचे स्थान असते. मात्र तसे करून आनंदाकडे दुर्लक्ष करणे योग्य नाही. दोन्हीही गोष्टी आयुष्यात तितक्याच महत्त्वाच्या आहेत.

त्यामुळेच यश आणि आनंद यांमध्ये समतोल असायला हवा. असा समतोल साधण्यासाठी काही गोष्टी मुद्दाम कराव्यात.

१ **स्वत:ची व्याख्या ठरवा (My Definition of Success & Happiness)**

प्रत्येकाची आनंदाची आणि यशाची व्याख्या वेगळी असू शकते. त्यामुळे तुमच्या यशाची आणि आनंदाची व्याख्या तुमची तुम्हीच ठरवली पाहिजे. इतरांच्या यशाच्या आणि आनंदाच्या व्याख्यांचा फार विचार करू नका.

२ **स्वत:च्या व्याख्येवर 'विश्वास' ठेवा! (Have Faith)**

आनंद आणि यशाच्या स्वत:ला अभिप्रेत असणाऱ्या व्याख्येवर विश्वास ठेवा. त्यामुळे वैचारिक स्पष्टता येईल आणि पुढची वाटचाल सुलभ होईल.

३ **नक्की काय महत्त्वाचे? (What is Important)**

काम करताना प्रत्येक वेळी आनंद मिळतोच असे नाही. यश मिळेलच असेही नाही. आपल्यासाठी प्रत्येक कार्य करताना काय महत्त्वाचे आहे, याची स्पष्टता घ्या. एखाद्या कार्यात आनंद महत्त्वाचा असला, तर त्याचे मोजमाप यश मिळण्यावर करू नका. कार्य पूर्ण करण्याच्या प्रक्रियेमध्ये आनंद घ्या.

४ **'समतोल'ची माझी व्याख्या काय? (My Definition of Balance)**

यश आणि आनंद या दोन्ही गोष्टी आयुष्यात महत्त्वाच्या असतात. त्यामुळे त्यात समतोल राखणे अधिक महत्त्वाचे आहे. तुमची समतोलची व्याख्या स्पष्ट करा आणि कितीही यश मिळाले, तरी आनंद, समाधान देण्याऱ्या गोष्टी वेळ काढून करा. त्यातूनच यश मिळवण्याची अधिक शक्ती मिळते.

लक्षात ठेवा!

आयुष्यात यशस्वी होणे हे अंतिम ध्येय असले, तरी प्रत्येक क्षणाचा आनंदही घ्या. मनात स्पष्टता असेल, तर यश आणि आनंदाचा समतोल नक्कीच साधता येईल!

◆◆◆

२१

ध्येयाचे स्पष्ट स्वरूप

ध्येयाचा हेतू नक्की झाला की, त्याकडे खऱ्या अर्थाने वाटचाल सुरू होत असते. वाटचालीतील पुढील टप्पा म्हणजे, ध्येयाचे स्पष्ट रूप ठरवणे. ध्येयप्राप्तीकडे यशस्वी वाटचाल करायची असेल, तर सगळ्याच गोष्टींत नेमकेपणा हवा!

चिरागला नोकरी सोडून स्वतःचा व्यवसाय करायचा होता. त्याची मानसिक तयारी पूर्ण होती, मात्र व्यवसायासाठी लागणारे भांडवल उभे करणे महत्त्वाचे होते. त्यासाठी तो एका गुंतवणूकदाराकडे गेला.
गुंतवणूकदाराने त्याला विचारले, 'तुम्हाला नक्की कोणता व्यवसाय करायचाय?'
चिरागने आत्मविश्वासाने सांगितले, 'मला हॉटेलशी संबंधित व्यवसाय सुरू करायचाय. त्यासाठी मला थोडंफार भांडवल हवंय.'
गुंतवणूकदाराने 'कळवतो' असे सांगितले, पण पुढे काहीच झाले नाही. नंतर चिराग आणखी काही गुंतवणूकदारांना भेटला. काही केल्या त्याला यश मिळेना. शेवटी त्याने एका मित्राला हे सांगितले. चिरागला भेटलेला एक गुंतवणूकदार मित्राच्या परिचयातील असल्यामुळे चिरागचे नक्की काय चुकले हे विचारायचे ठरले.
चिरागच्या मित्राने चिरागला सांगितले, 'तुला नक्की काय करायचंय याबद्दल तुझ्या मनात स्पष्टता नाही आणि त्यामुळे तुझ्या ध्येयाचं स्पष्ट रूप गुंतवणूकदारांपर्यंत पोहोचत नाही.' 'हॉटेलसंबंधी व्यवसाय आणि

थोडेफार भांडवल' हे खूप मोघम वाटल्याने चिरागच्या व्यवसायात गुंतवणूक करायची गुंतवणूकदारांना खात्री वाटत नव्हती.

आपलेही ध्येय सुरुवातीला 'अस्पष्ट' असते. त्याला 'स्पष्ट रूप' देण्याआधी आपण ते कसे पूर्ण करायचे याची प्रक्रिया सुरू करतो. परिणामी, अस्पष्टता ठेवून केलेल्या क्रियेचा परिणाम अस्पष्टच येणार. यासाठी आपले ध्येय स्पष्ट आणि चांगले परिभाषित केले पाहिजे.

आपल्याला मार्ग दाखविण्यासाठी ध्येयाची नाही, तर 'स्पष्ट' ध्येयाची आवश्यकता आहे.

ध्येयाची स्पष्टता देण्यासाठी

१ ध्येयाची स्पष्ट व्याख्या (Define Your Goal)

या उदाहरणामध्ये नुसते 'हॉटेलशी संबंधित' असे ध्येय उपयोगाचे नाही. त्यामध्ये नेमकेपणा, स्पष्टता हवी. उदाहरणार्थ, मला एक महाराष्ट्रीयन पद्धतीचे, २० ते ५० लोकक्षमतेचे उपहारगृह सुरू करायचे आहे. त्यासाठीची ही नियोजित जागा. यासाठी साधारणपणे अमूक एक खर्च अपेक्षित आहे, असे आपले ध्येय स्पष्ट आणि नेमके सांगितले, तर गुंतवणूकदारांना विश्वास वाटतो. अशा प्रकारची स्पष्टता तुम्हाला भविष्यकालीन वाटचालीकरिता उपयुक्त ठरते.

२ ध्येयाचे मोजमाप (Measure Your Goal)

तुमच्या ध्येयाचे यश मोजण्यायोग्य हवे! उदाहरणार्थ, व्यवसायाच्या पहिल्या दोन वर्षांत नक्की किती नफा मिळवण्याचे लक्ष्य आहे? असे एखादे उद्दिष्ट तुमच्या ध्येयाचे मोजमाप करण्यासाठी उपयुक्त ठरेल. तुम्हाला योग्य वाटेल ते मोजमाप ठरवा, पण काहीतरी मोजण्यायोग्य हवे हे नक्की!

३ सर्वसाधारण कालावधी (Timeline)

ध्येयाच्या बाबतीत काहीही मोघम चालत नाही. 'पुढील काही वर्षांत काहीतरी करायचे आहे' हे पुरेसे नाही. नेमकेपणा हवा. ध्येयप्राप्तीसाठी ठराविक कालावधीची मर्यादा असायला हवी.

उदाहरणार्थ, 'पुढच्या वर्षीपासून काही दिवसांत' असे न म्हणता 'नोव्हेंबर, २०२१पासून एक वर्षात' असा निश्चित आणि ठोस कालावधी आपल्याला अधिक वचनबद्ध करतो. तसेच 'कधीपर्यंतचा' कालावधी या बरोबरच 'कधीपासूनचा' कालावधी हेही महत्त्वाचे!

४ हेतू पुन्हा तपासणे (Re-assess)

स्पष्ट, मोजमाप असलेली आणि सर्वसाधारण कालावधी असलेली ध्येयाची व्याख्या तयार झाली की, आपल्या 'ध्येयाची व्याख्या' आणि 'ध्येयाचा हेतू' यांचा पुन्हा तपास करावा. यामुळे आपला आत्मविश्वास बळकट होतो आणि आपण योग्य दिशेने वाटचाल करत आहोत, याची प्रचितीही येते. हे सर्व मुद्दे अंमलात आणले की ध्येयाचे रूप स्पष्ट, निश्चित होते.

लक्षात ठेवा!

ध्येय गाठायची घाई करण्यापेक्षा आधी ध्येयाचे स्वरूप स्पष्ट असेल, तर परिणाम आणि मार्ग आपोआप स्पष्ट होतील.

◆◆◆

२२

ध्येयप्राप्तीच्या मार्गावरचे प्रगतिदर्शक

आपण आयुष्यात अनेकदा अनेक ध्येय ठरवतो. आपले आयुष्य या ध्येयांभोवतीच फिरत असते, असे म्हटले तर वावगे ठरणार नाही. ध्येयाकडे जर योग्य प्रकारे नियोजन करून मार्गक्रमण केले, तर ध्येयप्राप्ती नक्की होते. ध्येय स्पष्ट झाल्यावर बरेच लोक त्यासाठी कठोर परिश्रम करतात. परंतु त्यातून हवे ते साध्य होताना दिसत नाही.

याचे कारण, योग्य नियोजन नसेल, तर दिशा चुकते आणि आपला वेळ, शक्ती आणि संसाधने वाया जातात. योग्य नियोजनामध्ये अत्यंत महत्त्वाचा टप्पा म्हणजे, प्रगतिदर्शक अथवा Milestones ठरतील, अशा खुणा ठरवणे.

प्रगतिदर्शक (Milestones) म्हणजे नक्की काय?

ध्येयाची व्याख्या लक्षात घेऊन तिथपर्यंत पोहोचण्यासाठी लागणारे महत्त्वाचे टप्पे म्हणजेच 'प्रगतिदर्शक'! ध्येयाकडे लक्ष केंद्रित राहण्यासाठी, योग्य त्या दिशेने वाटचाल सुरू करण्यासाठी आणि ध्येयाकडे पोहोचून उद्दिष्ट पूर्ण करण्यासाठी हे प्रगतिदर्शक आवश्यक असतात. यामुळे आपल्याला ध्येयाकडे वाटचाल करण्यास प्रोत्साहनच मिळते.

तुम्हाला महत्त्वाचे वाटतील तितके प्रगतिदर्शक ठरवून घ्यावेत.

काही लोकांना सहामाही, वार्षिक असे दीर्घकालीन प्रगतिदर्शक योग्य वाटतात, तर काहींना साप्ताहिक प्रगतिदर्शक योग्य वाटतात.

तुमच्या ध्येयासाठी तुम्हाला योग्य वाटतील तसेच प्रगतिदर्शक ठरवावेत. उदाहरणार्थ, एका वर्षाच्या काळात ५० पुस्तके वाचणे, असे ध्येय असेल, तर

जानेवारीपासून मार्चपर्यंत पंधरा पुस्तके, जूनपर्यंत पुढील पंधरा पुस्तके, नोव्हेंबरपर्यंत पुढील वीस असे प्रगतिदर्शक ठरवू शकतो. प्रत्येक प्रगतिदर्शक जितका स्पष्ट असेल, तितका चांगला.

प्रगतिदर्शक स्पष्ट असण्याचे अनेक फायदे

१ **प्रगतीचे निरीक्षण (Progress Check)**

आपण योग्य दिशेने वाटचाल करत आहोत की नाही, याचे निरीक्षण करणे आवश्यक आहे. त्यामुळे प्रगतिदर्शक हे आपली प्रगती तपासायचे अगदी सोपे साधन आहे. ध्येयाच्या प्रगतीची निश्चितता प्रगतिदर्शक ठरवते.

२ **वेळेचे नियोजन (Time Management)**

प्रगतिदर्शक आपल्या वेळेचे नियोजन करण्यास मदत करतो. आपला वेळ नक्की कुठे, किती आणि कशासाठी खर्च होतो, तो वाया जात आहे की ध्येयासाठी सत्कारणी लागत आहे, याचा तपास करता येतो.

३ **प्रगतिदर्शकाची रचना/मांडणी (Re-align)**

काही कारणास्तव आपली प्रगती ठरवल्याप्रमाणे होत नसेल, तर आपल्याला प्रगतिदर्शकाची रचना/मांडणी बदलता येते आणि त्यानुसार आपल्या संसाधनांचे पुन्हा नियोजन करण्यास मदत होते.

४ **संभाव्य अडथळे (Probable Obstacles)**

प्रगतिदर्शक आपल्याला प्रत्येक महत्त्वाच्या टप्प्यावरील संभाव्य अडथळे वेळेआधी शोधण्यास आणि आधीच योग्य मार्ग काढण्यास मदत करतो.

५ **व्यवस्थापित ध्येयाचा अनुभव (Organized Goal)**

आपले ध्येय कितीही मोठे असले, तरी लहान प्रगतिदर्शकामुळे त्याचे व्यवस्थापन करणे शक्य होते. बऱ्याचदा ध्येय आपल्या आवाक्याबाहेरचे

वाटते आणि त्याचे दडपण येते. जर आपण प्रगतिदर्शक ठरवले, तर तेच ध्येय आवाक्यात वाटते आणि आपला आत्मविश्वासही वाढतो.

६ **आंतरिक प्रेरणा (Self Inspiration)**

एक प्रगतिदर्शक, म्हणजेच Milestone पार केला, की आपल्याला आंतरिक प्रेरणा मिळते, आत्मविश्वास वाढतो आणि पुढच्या टप्प्याकडे आपण आणखीन उत्साहाने वाटचाल करतो. हीच आंतरिक प्रेरणा अंतिम ध्येयापर्यंत टिकवण्याचे काम प्रगतिदर्शक करतात.

लक्षात ठेवा!

प्रत्येक प्रगतिदर्शक म्हणजे एक ध्येयच आहे. जितके प्रगतिदर्शक पार करून पुढे जाल, तितके अंतिम ध्येय सहज पार होईल.

प्रगतिदर्शक कसा ठरवावा

प्रगतिदर्शक ठरविणे हेही एक कौशल्य आहे. प्रगतिदर्शक ठरविताना काही गोष्टींचा विचार करणे आवश्यक आहे.

१ **प्रगतिदर्शकाची स्पष्टता**

आपण ध्येय स्पष्ट करतो, तोच नियम प्रगतिदर्शकाला लागू करावा. प्रगतिदर्शक जितके स्पष्ट तितके चांगले. प्रत्येक प्रगतिदर्शक हा असा असावा जेणेकरून नंतर आपण त्याचे मूल्यांकन करू शकू.

२ **वेळेचे बंधन असलेले प्रगतिदर्शक**

प्रत्येक प्रगतिदर्शकाला वेळेचे बंधन द्यावे. बऱ्याचदा आपण किती कालावधीसाठी प्रयत्न करायचे त्याची तारीख ठरवितो; पण प्रयत्न सुरू कधी करायचे याचीही तारीख ठरवावी. प्रगतिदर्शकावर काम 'सुरू करण्याची' तारीख 'अंतिम' तारखेपेक्षा महत्त्वाची असते. काम सुरू करण्याची तारीख ठरवली म्हणजे चालढकल होत नाही.

३ साधनांचे नियोजन

ठरवलेले प्रगतिदर्शक पार करत असताना काही वेळा विविध साधनांची आवश्यकता भासते. त्याचेही नियोजन केलेले असेल, तर आपला वेळ आणि कष्ट वाचतात. प्रत्येक प्रगतिदर्शकासाठी आपल्याला कोणती साधने लागतील, याची यादी करावी आणि त्यांपैकी आपल्याकडे किती साधने तयार आहेत आणि किती उभी करावी लागतील, याची नोंद घ्यावी. जी साधने उभी करावी लागणार आहेत, त्याचे नियोजन आधी केल्यास आपल्याला मदत होते.

४ संभाव्य अडथळे

आपण काम सुरू केल्यावर अकस्मात येणारे अडथळे आपला मार्ग अडवतात. हे टाळण्यासाठी संभाव्य अडथळ्यांचा आधीच विचार करायला हवा. हा विचार केल्याने जास्तीत जास्त अडथळे टाळता येतात. शक्य तितक्या अडथळ्यांवर वेळेआधीच मात झाल्याने ध्येयपूर्ती सोपी होते. आपल्या कामाची पद्धत अशा प्रकारे नियोजन करण्याची असेल, तर अचानक आलेल्या अडथळ्यांवरही मात करता येते.

५ आपली प्रतिमा आणि सवयी

ध्येय ठरवताना आपली प्रतिमा, सर्व गोष्टींकडे पाहण्याचा दृष्टिकोन वेगळा असतो. पण जसजसे प्रगतिदर्शक पार करू, तसतसे आपल्या दृष्टिकोनात आणि स्वत:च्या प्रतिमेमध्ये बदल करावा लागतो. प्रगतिदर्शक पार करताना अनेक सवयी बदलू लागतात. तुमची प्रतिमा, मते, विचार करण्याची क्षमताही ध्येयाला साजेशी बनवावी लागते.

लक्षात ठेवा!

नुसते ध्येय आणि प्रगतिदर्शक ठरविणे पुरेसे नाही, तर साधनांच्या नियोजनाचीही क्षमता हवी.

◆◆◆

२३

थोडे स्वार्थी व्हा!

एकदा लहान मुलांची एक कार्यशाळा घेत होते. आपल्या भावना कशा ओळखाव्यात, स्वत:वर प्रेम करणे किती आवश्यक आहे यांवर चर्चा, संवाद सुरू होता. तिथल्या आठ वर्षांच्या एका मुलाला काही प्रश्न पडले - 'स्वत: वर प्रेम करायचे म्हणजे दुसऱ्यांवर करायचे नाही का? इतर लोकांचा विचार करणे चुकीचे आहे का? म्हणजे मी स्वार्थीपणाने वागायला हवे का? नक्की काय बरोबर आहे?'

लहान वयात स्व-शोधासाठी आवश्यक असलेल्या सर्वोत्कृष्ट प्रश्नांपैकी हे प्रश्न होते. कदाचित आपल्यालाही कधीतरी हा प्रश्न पडला असेल. असा स्वत:चाच विचार करणे योग्य आहे का?

मानसिक आरोग्य चांगले ठेवायचे असेल, तर आपल्या भावना लपवू नका. भावना ओळखून त्यानुसार वागा असे नेहमी सांगितले जाते. थोडक्यात, आपल्या भावनांना प्राधान्य देणे आवश्यक आहे. पण असे करताना आपण स्वार्थीपणाने तर वागत नाही ना, असा प्रश्न स्वाभाविकपणे मनात येतो. असे वागणे बरोबर की चूक? या सर्व प्रश्नांची उत्तरे मिळवण्याआधी काही गोष्टी स्पष्ट करू या.

'स्वार्थी' असणे, 'अहंकारी' असणे आणि 'असंवेदनशील' असणे यांत फरक आहे. या कृतींमागचा 'उद्देश' किंवा 'हेतू' या तिन्ही गोष्टींमधला फरक स्पष्ट करतो. 'स्वत:च्या भावनांना प्राधान्य देण्यासाठी केलेली कृती' हा आपला हेतू असेल, तर असा स्वार्थ किंवा स्व-जागरूकता चांगली आहे. कारण अशा प्रकारे स्व-जागरूक

असल्याखेरीज एकचित्ताने आणि एकाग्रतेने काम होत नाही.

कोणत्याही उत्तम खेळाडूचे उदाहरण घ्या. 'सर्वोत्तम खेळ व्हावा' या आपल्या ध्येयासाठी खेळाडू इतर अनेक गोष्टींना नकार देतात. स्व-जागरूक राहतात. आपले सगळे लक्ष केवळ खेळावर केंद्रित करतात. मात्र त्यामागे 'ध्येयपूर्ती' हा त्यांचा एकमेव उद्देश असतो. मग असे खेळाडू 'अहंकारी' किंवा 'असंवेदनशील' ठरतात का? नक्कीच नाही!

इतरांपुढे आपले श्रेष्ठत्व सिद्ध करण्यासाठी सतत झगडत राहणे, याला अहंकारी वृत्ती म्हणतात. आणि इतरांबद्दल काहीही काळजी नसणे याला असंवेदनशीलता म्हणतात. अहंकारी आणि असंवेदनशील असणे वेगळे आहे, कारण त्यांचा हेतू वेगळा आहे.

जेव्हा आपल्याला भावनिकदृष्ट्या स्थिर, खंबीर राहायचे असते, तेव्हा आपण तशा प्रकारे काळजी घेतली पाहिजे. आपण स्वार्थी अथवा स्व-जागरूक झाल्याशिवाय ते शक्य होणार नाही. त्यामुळे स्वार्थी किंवा स्व-जागरूक असणे म्हणजे चूक आहे, हे मनातून काढून टाका. आपला उद्देश स्पष्ट असेल, तर अशा स्वार्थी असण्याचे बरेच फायदे आहेत :

स्वार्थी असण्याचे फायदे

१ आपण स्वत:च्या भावनिक गरजा ओळखून वागतो. त्यातून येणाऱ्या जबाबदारीमुळे स्वत:चाच शोध घेण्यास आणि स्व-परिवर्तन करण्यास मदत होते.

२ आपला उद्देश स्पष्ट असल्याने ध्येय साध्य करण्यासाठी आपण अधिक चांगल्या प्रकारे लक्ष केंद्रित करू शकतो. हा अहंकार नाही, तर ध्येयप्राप्तीसाठी उचललेले पहिले पाऊलच आहे.

३ आपण अधिक स्व-जागरूक होतो आणि 'नाही' म्हणायला शिकतो. हे आपल्याला भूतकाळातील भावनिक ओझ्यातून मुक्त करण्यासाठी मदत करते. आपल्या मानसिक क्षमतेसाठी स्वार्थी होणे हे आपण स्वत:मध्ये करीत असलेले सर्वांत विलक्षण योगदान आहे, जे इतरांनाही विकसित आणि मदत करण्यास उपयुक्त ठरते.

लक्षात ठेवा!

स्वार्थी होणे ही आपली महत्त्वाकांक्षा असू नये. आपल्या मानसिक सक्षमतेसाठी लागणारे ते केवळ एक साधन आहे, जे आपल्याबरोबरच इतरांनाही ध्येयप्राप्तीचे बळ देते!

◆◆◆

२४

यशस्वी व्हायचे आहे? सवयी बदला!

जीवनात यशस्वी होण्यासाठी आपण काही ध्येय ठरवतो आणि त्यानुसार प्रयत्न सुरू करतो. या प्रक्रियेत आपल्या आजूबाजूला अनेक गोष्टी घडत असतात. त्यांपैकी काही आपल्या नियंत्रणामध्ये असतात, तर काही आपल्या नियंत्रणाबाहेर! नियंत्रणाबाहेरच्या गोष्टींचा नकारात्मक परिणाम आपल्या ध्येयावर होतो, तेव्हा आपण एका विशिष्ट पद्धतीने विचार करतो.

स्वत:ला किंवा नशिबाला दोष देतो. स्वत:च्या क्षमतेवर आणि निर्णयांवरही शंका घेतो. आजपर्यंत उभे केलेले सर्व काही निरर्थक वाटू लागते.

आपल्याच बाबतीत असे का झाले? हे टाळता आले असते का, आपण हा मार्ग/ध्येय/निर्णय घेऊन चुकलो का? असे अनेक प्रश्न मनात येतात. आलेले अपयश कायमस्वरूपी राहील अशी भीती मनात घर करून बसते.

या चक्रातून बाहेर पडण्याच्या अनेक उपायांपैकी सर्वांत महत्त्वाचा उपाय म्हणजे आपल्या सवयी. आपल्या दैनंदिन क्रिया आपले जीवन निश्चित करतात. रोज जाणीवपूर्वक व अजाणतेपणे केलेली क्रिया सवय बनते.

काही सवयी आपल्याला यशाकडे नेतात, तर काही आपल्या यशाच्या मध्ये येतात. या सवयींपैकी सर्वसाधारणपणे आढळून येणाऱ्या सवयी कोणत्या आणि त्या जागी कोणत्या नवीन सवयी आत्मसात करायच्या, ते निश्चित करा!

	सवय	बदल
१.	**संशय** ठरवल्याप्रमाणे घडले नाही, की आपण लगेच स्वतःवर संशय घेतो. हा संशय नकारात्मक संवाद निर्माण करतो. स्वतःवर अविश्वास असल्याने सर्व निर्णय, आत्तापर्यंत केलेला विचार चुकीचे वाटायला लागतात.	**आत्मविश्वास** आत्मविश्वास येण्यासाठी स्व-जागरूकता हवी. स्वतःला धीर द्या. सध्याची परिस्थिती म्हणजे संपूर्ण आयुष्य नाही हे सत्य जाणून घ्या. या परिस्थितीतून बाहेर पडण्यासाठी नक्की काय गरजेचे आहे हा विचार अशा वेळी पूरक आणि साहाय्यक ठरतो.
२.	**चालढकल** काही अडचणींवर तोडगा निघत नाही असे वाटले की, शक्यतो आपण त्या तशाच सोडून देतो. 'नंतर बघू' असे म्हणून बऱ्याच गोष्टींमध्ये चालढकल करतो. ही सर्वांत वाईट सवय. पुढे ढकल्याने वेळ तर वाया जातोच, शिवाय ते काम तात्पुरते थोपवले जाते. त्यावर मार्ग काढला जात नाही. अशा न सोडवलेल्या प्रश्नांनी आपली ऊर्जा आणि वेळ वाया जातो.	**क्रियेची गती** ज्या गोष्टी तुमच्या यशासाठी महत्त्वाच्या आहेत त्यात चालढकल न करता, त्याला प्राधान्य देऊन त्यावर तोडगा काढणे अत्यावश्यक असते. नुसते विचार करून उपयोग नाही, तर तो विचार कृतीत आणायला हवा.
३.	**परिस्थितीचा बळी बनणे** प्रतिकूल परिस्थितीचा बळी बनून राहण्यात काही लोकांना सुरक्षित वाटते. परिस्थितीचा बळी बनून राहिलात, तर तुम्हाला सुरुवातीला सहानुभूती खूप मिळते, पण त्यावर उपाय मिळत नाही.	**परिस्थितीची जबाबदारी घेणे** बाह्य परिस्थिती आपण बदलू शकत नसलो, तरी परिस्थितीमुळे आपल्यावर होणारा परिणाम आपण बदलू शकतो. परिस्थितीची जबाबदारी घेणे, म्हणजेच आपल्या नियंत्रणात असलेले पर्याय शोधणे.

	सवय	बदल
४.	**मनाला लावून घेणे** लहानपणापासूनचे अनुभव, प्रेमाचा अभाव अशा अनेक कारणांनी आपण संवेदनशील बनतो. एक माणूस म्हणून जगण्यासाठी संवेदनशीलता हा एक उत्तम गुण आहे; पण एका मर्यादेनंतर तो आपल्याला खूप हळवा बनवतो. आपल्याला मिळालेल्या प्रतिक्रिया, टीका मनाला खूप लावून घेतो आणि यशापासून लांब जातो.	**वस्तुनिष्ठता** आपल्याला मिळालेली प्रत्येक प्रतिक्रिया, टीका मनाला लावून न घेता आपल्या विचारांत वस्तुनिष्ठता आणावी. ज्या गोष्टी मनाला पटतात त्या आत्मसात करून पुढे चालत राहावे. कोण कसे आणि का वागले किंवा बोलले याची उत्तरे मिळविण्याचा अट्टाहास सोडून आपल्या ध्येयाच्या मार्गावर चालत राहणे उत्तम!

लक्षात ठेवा!

आपण आपल्या सवयींचे प्रतिबिंब असतो. स्वत:ला कसे बनवायचे आहे, हे आपल्या सवयीच ठरवितात. योग्य सवयी तुम्हाला यशाच्या जवळ नेण्यात मदत करतात.

◆◆◆

२५

व्यवस्थितपणा महत्त्वाचा गुण!

व्यवस्थितपणा हा एक महत्त्वाचा गुण आहे. मनुष्य वैयक्तिक आयुष्यात, तसेच इतरही आघाड्यांवर व्यवस्थित असेल, तर ते त्याच्या कृतीतून दिसून येते. व्यवस्थितपणाचा परिणाम आपल्या जीवनशैलीवर आणि कार्यक्षमतेवर होतो.

आपली जीवनशैली सक्रियपणे सुधारण्यासाठी एक महत्त्वाचे क्षेत्र म्हणजे, आपल्या भोवतीच्या वस्तू, कागदपत्रे यांचे नियोजन करणे आहे. आपल्या मेंदूला संघटित करण्यास शिकवण्याची ही सुरुवात आहे.

यामुळे मनात विचारांचा होणारा गोंधळ कमी होऊन स्पष्टता येते. आपण या व्यवस्थितपणाची अथवा आवराआवरीची सुरुवात आपल्या घरापासून करू शकतो.

घरापासून सुरुवात

१ घरातील कामांची विभागणी

घरातील ज्या गोष्टींची आवराआवर करायची, त्यांची काहीतरी निकष लावून विभागणी करा. उदाहरणार्थ, कपडे, भांडी, वाहने, कागदपत्रे यांमध्ये कोणत्या गोष्टी सगळ्यात आधी नीट करायला हव्या, ते ठरवा. यांमुळे निकष लावून विभागणी करणे, त्यांच्या महत्त्वानुसार त्यांचा क्रम ठरवणे, अशा प्रक्रियेची तुमच्या मेंदूला सवय लागते.

२ **सामानाची आणि वस्तूंची रचना**

घरातील गरजेचे सामान, वस्तूंची दुरुस्ती वेळच्या वेळी करून घ्या. यामुळे वेळ आणि पैसा यांची बचत होतेच, पण वस्तूंचे आयुष्यही वाढते. महत्त्वाच्या आणि नेहमी लागणाऱ्या गोष्टी पटकन हाताशी मिळतील अशा रीतीने ठेवा. तुम्हाला आवडणाऱ्या, आनंद देणाऱ्या वस्तूंची मांडणी अशा प्रकारे करा, की घरात किंवा खोलीत आल्यावर त्यावरच नजर जाऊन तुम्हाला उत्साही, प्रफुल्लित वाटेल. घरातील सामान, वस्तू जरी त्याच असतील, तरी त्यांची मांडणी योग्य प्रकारे केल्याने घराला आणि परिणामतः मनालाही व्यवस्थितपणा येतो.

घराप्रमाणेच आपले मनही नेटके असेल, तर वैचारिक गोंधळालाही जागा राहत नाही. घराच्या आणि मनाच्या आवराआवरीमुळे तुम्हाला नवीन काम करण्यासाठी उत्साह वाटेल. मात्र 'अति तिथे माती' हे लक्षात असू द्या. अति नीटनेटकेपणा, अति स्वच्छता असा अट्टाहास टाळा.

आपण करत असलेली ही आवराआवरी योग्य आहे की नाही हे ओळखण्यासाठी काही मापदंड ठरवा.

आवराआवरीचे निष्कर्ष

१ तुमचा वेळ वाचेल आणि तुम्हाला उत्साही वाटेल.

२ आयुष्य थोडे सोपे आणि सुलभ होईल.

३ तुमची कार्यक्षमता वाढलेली जाणवेल.

४ महत्त्वाची आणि आवडीची कामे करायला अधिक वेळ मिळतो आहे असे वाटेल.

लक्षात ठेवा!

'घर आवरा, आयुष्य सावरा' हा मंत्र लक्षात असू द्या!

◆◆◆

२६

स्व-परिवर्तनाचे तीन चरण

कोणत्याही कारणाने आपल्या आयुष्याचे संतुलन बिघडले, तरी त्यासाठी दुसऱ्याला दोष न देता आपण आपल्यात बदल करणे गरजेचे आहे. हे जेव्हा आपल्याला उमजते, तेव्हा आपण स्व-जागरूक होतो. स्वतःमध्ये बदल घडविणे म्हणजेच 'स्व-परिवर्तन' (self transformation) आणणे. तुम्हाला याची गरज आहे का? यासाठी खालील मुद्दे तपासा!

१ तुम्ही कायम भूतकाळात जगत असता.

२ तुम्हाला कायम काहीतरी चुकत आहे, असे वाटते.

३ तुम्ही कायम दुसऱ्यांना दोष देता.

४ तुम्हाला कायम वेळ कमी पडतो.

५ तुम्हाला कोणत्याही गोष्टीचा आनंद होत नाही.

६ तुम्हाला कायम भविष्याची चिंताच वाटते.

या गोष्टी तुम्ही अनुभवत असाल, तर तुम्हाला १०० टक्के स्व-परिवर्तनाची गरज आहे, हे मनाशी पक्के करावे लागेल. स्वतःच्या परिवर्तनाची जबाबदारी इतर कोणाची नसून तुमचीच आहे. तुमच्या आयुष्याचा आजपर्यंतचा प्रवास, आलेले अनुभव, भेटलेले लोक आणि या सर्वांचा तुमच्यावर झालेला प्रभाव आणि परिणाम नक्की कसा झाला आहे, हे फक्त आणि फक्त तुमचे मनच जाणते. इतर लोक

तुम्हाला सहानुभूती देऊ शकतात, काही प्रमाणात मदतही करू शकतात, तुम्हाला समजून घेण्याचा प्रयत्न करू शकतात; पण तुमच्या विचारांची, भावनांची तीव्रता आणि त्याचे स्वरूप तुमचे मनच योग्य प्रकारे जाणते. आपले आयुष्य बदलण्यासाठी आपणच आपल्या परिवर्तनाची जबाबदारी उचलायला हवी.

स्व-परिवर्तनाचे तीन मुख्य चरण

१ स्व-जागरूकता (Self Awareness)

स्व-जागरूकता म्हणजे स्वतःची संपूर्ण ओळख. आपले व्यक्तिमत्त्व, आपले चारित्र्य, आपला हेतू, आपले सामर्थ्य, आपला कमकुवतपणा, आपल्या आवडी-निवडी, आपली भीती, आपल्या इच्छा यांबद्दल सजग असणे. स्व-जागरूकता आणण्यासाठी आपल्यात काही मूलभूत बदल घडवावे लागतात. ते कधी आपल्या विचारांत, कधी सवयींत, तर कधी दृष्टिकोनात असतात.

२ स्वतःचा स्वीकार (Self Acceptance)

आपण जसे आहोत तसे स्वतःला स्वीकारणे, म्हणजेच स्वतःवर बिनशर्त प्रेम करणे. वयाच्या आठव्या वर्षानंतर स्वतःबद्दल आपली काही मते बनतात. या वयातील मुलांच्या आयुष्यात मुलांचे आई-वडील हा सर्वांत महत्त्वाचा घटक असतो. ते जसे जग दाखवतील, तसे मूल ते पाहते. आई-वडिलांनी स्वतःला स्वीकारलेले असते, तेव्हाच ते मुलांना स्वतःला स्वीकारायला शिकवू शकतात. सुरुवातीच्या काळात आई-वडिलांकडून 'योग्यतेचे प्रमाणपत्र' मिळणे मुलांसाठी खूप महत्त्वाचे असते. त्यामुळे मुले त्यांचे विचार आणि निर्णय पालकांना आवडतील अशाच पद्धतीने करायला शिकतात. हेच प्रमाणपत्र नंतरच्या आयुष्यात आपल्यावर प्रभाव असणाऱ्या व्यक्तींकडून मिळविण्याची धडपड सुरू होते. स्वतःचे वेगळेपण चूक आहे, असा भ्रम निर्माण होतो. हाच भ्रम पुढे जाऊन स्वतःचा स्वीकार थांबवतो. स्वतःचा स्वीकार न करता परिवर्तन होणे, अधिक अवघड जाते.

३ **स्वत:चे परिवर्तन (Self Transformation)**

स्वत:मध्ये नक्की कोणते बदल आणायचे आहेत, हे स्पष्ट करून घेऊन ते अंमलात आणणे, म्हणजेच 'स्व-परिवर्तन'! हे बदल आणण्यासाठी वर्तमानात राहणे, भूतकाळाकडे योग्य दृष्टिकोन ठेवणे, आपल्या अपेक्षा आणि भीती न टाळता त्याला सामोरे जाणे, अति विचार थांबवून कृतीकडे अधिक लक्ष देणे, स्वत:वर प्रेम करायला शिकणे अधिक महत्त्वाचे आहे. परिस्थिती अनुकूल असताना आपण स्वत:ला स्वीकारतो; पण थोडा त्रास झाला की दोष देतो, स्वत:बद्दल शंका घेतो. हीच वेळ असते स्वत:वर विश्वास ठेवण्याची व स्वत:ची जबाबदारी घेण्याची!

लक्षात ठेवा!

स्वत:चे परिवर्तन एक शेवटचा उपाय किंवा गरज नसून ती एक स्वत:साठी, स्वत: केलेली निवड असावी.

◆◆◆

- मनाची प्रतिकारशक्ती वाढवा
- सारांश

२७

मनाची प्रतिकारशक्ती वाढवा

जगावर आलेल्या कोरोनाच्या सावटामुळे हल्ली 'रोगप्रतिकारशक्ती' हा शब्द परवलीचा झालेला आहे. आपली शारीरिक रोगप्रतिकारशक्ती, ज्याला 'इम्युनिटी' म्हणतात! ती उत्तम असेल, तर कोरोना अथवा त्यांसारख्या इतरही जीवाणूंच्या, विषाणूंच्या संसर्गाचा सामना शरीर सक्षमपणे करू शकते. त्यामुळे डॉक्टरमंडळी आपल्याला इम्युनिटी वाढवण्याचा सल्ला देतात.

अगदी घरच्या घरीही व्यायाम करून ती कशी वाढवायची हे सांगितले जाते. वरचेवर होणारा सर्दी-खोकला, तसेच विनाकारण थकवा येणे यांसारख्या लक्षणांवरून शारीरिक रोगप्रतिकारशक्ती कमी आहे अथवा चांगली नाही, हे कळून येते.

आपल्या मनाच्या आरोग्याचे काय? मानसिक आरोग्य उत्तम ठेवायचे असेल, तर मानसिक रोगप्रतिकारशक्तीही उत्तमच हवी.

मानसिक रोगप्रतिकारशक्ती कमी असल्याची लक्षणे

- सतत भीती वाटत राहणे.
- शारीरिक व्यायाम करायची इच्छा न होणे.
- भविष्याबद्दल चिंता वाटणे.
- उत्साही आणि आनंदी न वाटणे.
- घरातील लोकांवर चिडचिड होणे.
- नकारात्मक दृष्टिकोन.

हे सगळे मानसिक आजारच म्हटले पाहिजेत. विशेषतः कोरोनाच्या संकटकाळात अनेक लोकांना दीर्घकाळ घरी राहावे लागले. त्यातून सर्वत्र एकच विषयाभोवती सर्वकाही केंद्रित झाले. त्यामुळे नकारात्मक वातावरण तयार झाले. ही सर्व लक्षणे मानसिक रोगप्रतिकारशक्ती कमी असल्याची आहेत. आज जगभरात असेच चित्र आहे. पण मनुष्य हा एकच प्राणी असा आहे, ज्याच्यामध्ये कोणतीही समस्या आणि मानसिक स्थिती सुधारण्याची क्षमता आहे.

मानसिक रोगप्रतिकारशक्ती कशी वाढवावी

१ **श्वासावर नियंत्रण ठेवा**

प्राणायाम, दीर्घ-श्वसन करून हे साध्य करता येते. याचे अनेक शारीरिक फायदे आहेतच, पण त्याहून अधिक मानसिक फायदे आहेत. ज्या वेळी नकारात्मकता येते, त्या वेळी त्याचा परिणाम नकळतपणे आपल्या श्वासावर होतो. त्यामुळे, कधीही नकारात्मक विचार येत आहेत, असे वाटल्यास लगेच दीर्घ-श्वसन करा. श्वासावर लक्ष केंद्रित करा. एकदा श्वासावर नियंत्रण आले की, विचारांवर आणि भावनांवरही नियंत्रण येते.

२ **कृतज्ञ राहा!**

आपल्या आयुष्यातल्या चांगल्या गोष्टींची उजळणी रोज सकाळी उठल्यावर आणि रात्री झोपण्यापूर्वी करा. त्याबद्दल कृतज्ञ राहा. आपल्या आयुष्यात किती गोष्टींसाठी, प्रसंगांसाठी, लोकांसाठी आपल्याला आभार मानावेसे वाटतात ते आठवा. आपल्या शरीराबद्दलही कृतज्ञ राहा. आपल्या शरीराचे सगळे अवयव, इंद्रिये, हृदय, मेंदू या साऱ्यांच्या बळावरच आपली आतापर्यंतची वाटचाल झाली आहे, ही कृतज्ञतेची जाणीव कायम ठेवा. शरीराबद्दलची सकारात्मक भावना आणि कृतज्ञतेची जाणीव यांमुळे रोगप्रतिकारशक्ती सुधारण्यास मदत होते, असा उल्लेख शास्त्रात मिळतो.

३ **संधी ओळखणे आणि त्याचा फायदा**

अशा बऱ्याच गोष्टी असतात ज्या 'वेळ मिळाला तर नक्की करू' म्हणून आपण बाजूला सारतो. तो वेळ हाच आहे, हे लक्षात घ्या. स्वतःला वेळ

द्या. एखादी कला शिका, छंद जोपासा, सभोवतालचे निरीक्षण करा, आत्मनिरीक्षण करा. यातून आपला दृष्टिकोन बदलायला, व्यापक व्हायला मदत होते.

४ **'रोज काहीतरी नवीन' हा संकल्प**

'मी रोज काहीतरी नवीन करेन' हा संकल्प करा. रोज काहीतरी एक नवीन गोष्ट करा. मग ते गाणे म्हणणे असो, लिहिणे असो, पुस्तक वाचणे असो, स्वयंपाक असो. कितीही लहान असली, तरी कोणतीही नवीन गोष्ट शिकणे, ही क्रिया खूप मोठी ऊर्जा देते. आपण काहीतरी नवीन करू शकतो, हा विचार आत्मविश्वास वाढवितो.

५ **'बळी' न बनता 'बळ' बना**

आपण इतरांना मानसिक बळ दिले, तर इतर लोकही आपल्याला तितकेच बळ देतील. त्यामुळे भावनेचा 'बळी' न बनता त्यांचे 'बळ' बना, प्रेरणास्रोत बना! हे दिवस कसेतरी ढकलू असा विचार करण्यापेक्षा प्रत्येक दिवस भरभरून जगू असा विचार ठेवा! त्यामुळे वर्तमानातले जगणे आनंददायी होईल.

लक्षात ठेवा!

तुमची मानसिक रोगप्रतिकारशक्ती उत्तम असेल, तर तुमची शारीरिक रोगप्रतिकारशक्तीही चांगली होईल.

टाळेबंदी आणि मनोबल

२०२०मध्ये सुरू झालेल्या कोरोना महामारीच्या नियंत्रणासाठी जगभरातील अनेक देशांनी देशभरात टाळेबंदी जाहीर केली होती. वर्षभरानंतरही त्यातील काही निर्बंध कायम होते. यामुळे सामान्य माणसाला मात्र विविध अडचणींचा, संकटांचा सामना करावा लागला. सर्वांत मुख्य म्हणजे, दैनंदिन आयुष्यातही कमालीची अनिश्चितता आली होती. स्वतःच्या, कुटुंबाच्या आणि एकूणच समाजाच्या सुरक्षिततेबद्दल

काळजी वाटू लागली होती. स्वत:ला असे बंद करून घेणे, हे निश्चितच नैसर्गिक नव्हते. जवळची माणसे, नातेवाईक, मित्रपरिवार यांना प्रत्यक्ष भेटू न शकल्याने निराशा येत होती.

विशेषत: ज्या लोकांना कायम लोकांच्यातच वावरायची सवय असते, त्यांना या बंदिस्त आयुष्याचा जास्त त्रास झाला होता. एकूणच मानसिक आळस येणे! काहीच नको वाटणे. इतर वेळी जसे आपण बाहेर जाऊन कंटाळा घालवू शकतो, ताजेतवाने होतो, तसेही या परिस्थितीमध्ये शक्य होत नव्हते. अशा वेळी सगळ्यात जास्त आवश्यक असते ते मनोबल. आपले मनोबल उत्तम असेल, तर अशा आव्हानात्मक परिस्थितीलाही आपण समर्थपणे तोंड देऊ शकतो.

मनोबल वाढवण्याचे उपाय

१ अनिश्चिततेच्या भीतीपासून मुक्त व्हा

कोरोनाची ही लढाई पूर्ण जगभर सुरू होती. त्यामुळे त्यातून कुणाचीही सुटका नव्हती. भविष्यात काय होणार आहे, हे कुणीही निश्चितपणे सांगू शकत नव्हते. अनिश्चिततेची भीती वाटणे स्वाभाविक होते, तरी आपण त्याचा अति विचार केलात, जास्त त्रासदायक होते, हे लक्षात घ्या. पुढे काय होईल यापेक्षा हातात असलेल्या वर्तमानाचा जास्तीत जास्त चांगला उपयोग कसा करता येईल, याचा विचार करणे आवश्यक होते.

२ आपला दृष्टिकोन बदला

महाभारतात एके ठिकाणी कृष्णाने कर्णाला म्हटले आहे की, 'तुझ्यासारख्या अनेक निर्दोष लोकांवर अन्याय झाला. पण तू त्यांची मदत न करता, त्यांना सक्षम न करता स्वत: एक बळी म्हणूनच राहिलास.

सध्याच्या कोरोनाच्या पार्श्वभूमीवरही हे लागू होते. आज आपल्यासारखे अनेक लोक कठीण परिस्थितीतून जात असताना आपण या परिस्थितीचा केवळ भाग न बनता, ही परिस्थिती सुधारण्यासाठी काय करू शकतो किंवा यात आपण दुसऱ्यांना काय मदत करू शकतो, याचा विचार प्रामुख्याने करायला हवा. तेच-तेच बोलून निराश करण्यापेक्षा मदतीचा दृष्टिकोन ठेवावा!

३ **वेळेचे नियोजन**

आयुष्यात वेळेसारखी मौल्यवान गोष्ट नाही! दैनंदिन कामाच्या धबडग्यात अनेकदा आपल्याला आवडणाऱ्या गोष्टी करायला वेळच मिळत नाही. मात्र कोरोनासारखी महामारी आणि त्यामुळे केलेली टाळेबंदी यांसारख्या गोष्टींचा तसेच भविष्यात उद्भवणाऱ्या अशा संकटांचा आपण सकारात्मक पद्धतीने विचार केला पाहिजे. वेळेचे योग्य नियोजन करून जास्तीच्या कामासाठी वेळ राखून ठेवा! कामात बदल हाही एक चांगला विरंगुळा असतो. आपल्याला आनंददायी वाटणाऱ्या गोष्टी वेळ काढून करा.

लक्षात ठेवा!

मनोबल हे विचारांत असते. विचार सकारात्मक ठेवलेत, तर मनोबल नक्कीच उत्तम राहील.

◆◆◆

सारांश

लक्षात ठेवण्याजोगे

आजपर्यंत आपण 'मानसिक स्वास्थ्य' या विषयावर माहिती घेतली. आज सोशल मीडियावर सर्वत्र मानसिक त्रास, ताणतणाव, नैराश्य या विषयांवर बोलले जाते. शारीरिक आरोग्याबरोबरच मानसिक आरोग्यही अत्यंत महत्त्वाचे आहे.

१ 'जाऊ दे' म्हणून आपल्या भावनांकडे दुर्लक्ष करू नका. आपल्या अंतर्मनाचा आवाज ऐका. तोच आवाज आपल्याला मदत करेल.

२ तुम्ही तुमची 'क्वालिटी टाइम'ची व्याख्या बनवा आणि ती व्याख्या आयुष्यात लागू करा. एका 'परफेक्ट वेळे'ची वाट पाहू नका. मिळालेल्या वेळेचा आनंद घ्या.

३ आपले 'ट्रिगर' आपल्यापुरते मर्यादित असतात. परंतु ते वेळीच सोडवले नाहीत, तर त्यांचा आपल्या कुटुंबीयांवर आणि खास करून आपल्यावर परिणाम होतो. वेळीच त्यावर मार्ग काढा.

४ भूतकाळ पूर्णपणे स्वीकारून, त्यातून जे शिकायला मिळाले, ते आत्मसात करून मानसिकरीत्या विकास होणे, म्हणजेच वर्तमानकाळात जगणे!

५ आपल्या भावनांना प्रथम स्थान देण्याची कला शिका. 'नाही' म्हणायचे असताना मी 'हो' का म्हणाले; यापेक्षा मी 'नाही' म्हणाले, याचा अनुभव घ्या!

६ 'चूक' की 'बरोबर' याचा प्रमाणापेक्षा जास्त विचार न करता त्याची जबाबदारी घ्या आणि आत्मविश्वासाने आपले विचार आणि निर्णय कृतीमध्ये आणा.

७ 'स्वार्थी असणे' ही आपली महत्त्वाकांक्षा नाही, तर आपल्या मानसिक स्वातंत्र्यासाठी लागणारे एक साधन आहे, जे आपल्याबरोबरच इतरांनाही ध्येयप्राप्तीचे बळ देते!

८ कायम दुसऱ्यांकडून तुम्हाला महत्त्व मिळावे ही अपेक्षा न करता, स्वतःच स्वतःला महत्त्व द्यायला शिका.

९ कौतुकाची अपेक्षा ठेवण्यात काहीच चूक नाही. सतत कौतुकाची अपेक्षा करणे हानिकारक आहे. आपल्याला अपेक्षित कौतुक मिळत नाही, तेव्हा त्याचा आपल्यावर कसा प्रभाव पडतो आणि त्यावर मार्ग कसा काढावा, हे समजून घेण्यातच तुमचा विजय आहे.

१० जिथे आहोत तिथून पुढे जाणे म्हणजेच प्रगती आहे. मग ती अगदी सूक्ष्म असली तरी चालेल. मागे पाहून स्वतःचा अभिमान वाटतो, तेव्हा त्यालासुद्धा 'प्रगती' म्हणतात, हे लक्षात असू द्या.

११ तुम्ही स्वतःवर आणि स्वतःच्या विचारांवर शंका घेणे थांबवाल, तेव्हाच तुम्ही भावनिक गुलामगिरीतून मुक्त व्हाल.

१२ तुम्हाला ज्या गोष्टींचा जास्त त्रास होतो, त्या तुम्ही आजपासून सहन करणार नाही, हे ठरवा. सहनशीलता कुठे आणि किती दाखवायची याचा हक्क आणि निर्णय तुम्हाला घ्यायचा आहे.

१३ जग आपल्याला काय दाखवते आणि आपण काय पाहतो, यातील फरक म्हणजेच 'दृष्टिकोन'! आपला दृष्टिकोन घडवणाऱ्या गोष्टींना अर्थ असतो. आपली मानसिक स्थिती ही आपला दृष्टिकोन आणि त्याला आपण दिलेला अर्थ ठरवतात.

१४ आपले मत एक-दोन घटनांमुळे बनलेले असते; पण त्याचा परिणाम मात्र आपल्या संपूर्ण आयुष्यावर घडतो. आपण जे स्व-मत बनवतो, त्यालाच 'पूर्वग्रह' असे म्हणतात. याचा परिणाम पालकत्व, निर्णयक्षमता, नाती आणि दृष्टिकोन यांवर होतो.

१५ अपयशाची भीती वाटणे स्वाभाविक आहे. पण एकदा या भीतीचा उगम समजला की, त्याला सामोरे जाऊन त्यावर मात करणे सोपे होते.

१६ स्व-परिवर्तनासाठी सकारात्मक आणि पूर्वग्रहमुक्त आत्मसंवाद महत्त्वाचा आहे. तुमचा आत्मसंवादच तुमच्या आयुष्याची गुणवत्ता ठरवतो.

या मुद्द्यांची वेळोवेळी उजळणी करा आणि एक आनंदी, स्वच्छंदी आयुष्य जगा! नवीन दृष्टिकोन ठेवून सुरुवात करा! आणि...

मनमोकळं जगा!!

◆◆◆

www.ingramcontent.com/pod-product-compliance
Lightning Source LLC
Chambersburg PA
CBHW031352230926
51848CB00002B/484
* 9 7 8 9 3 8 9 8 3 4 7 5 8 *